NHỮNG HÌNH BÓNG CŨ

NHỮNG HÌNH BÓNG CŨ
NGÔ KHẮC TÀI

ISBN-13: 978-1986784436
ISBN-10: 1986784436

NGÔ KHẮC TÀI

NHỮNG HÌNH BÓNG CŨ

tùy bút

NHÀ XUẤT BẢN LIÊN PHẬT HỘI
UNITED BUDDHIST PUBLISHER - UBP

ĐỐT LÁ TRÊN SÂN

Vẫn còn đó hình ảnh miền quê, mảnh sân vườn lơ thơ mấy hàng cau, vài gốc xoài, vài gốc mận. Quanh năm lá rụng đầy sân, nhứt là vào mùa mận, trái rụng lộp bộp suốt ngày.

Không như trẻ con ở thành thị mỗi ngày đều được phát tiền quà bánh, đám trẻ nhà quê lâu lâu mới được người lớn cho tiền một lần. Bù lại, thiên nhiên như ưu đãi chúng mùa nào thức nấy, từ trái cà na, trái bình bát, rồi mận, xoài..., sáng, trưa, tối đều thấy chúng thơ thẩn từ vườn này qua vườn kia. Tất cả như vẫn còn đó, quen mắt đến độ như quên theo dòng thời gian hai chiều, không vật nào đứng nguyên một chỗ. Nhiều kỷ niệm đã đội nón ra đi, đã trở thành hình sương, bóng khói... Biết tìm lại đâu một lần thứ hai...

Tờ mờ sáng mẹ tôi thức dậy quét sân sàn sạt. Tiếng chổi đánh thức mọi người trong nhà, chị vo gạo nấu nồi cháo sáng, tôi cho gà vịt ăn, người nào có việc nấy giữa làn khói vây phủ. Từ đống lá mận mẹ gom lại, khói tỏa ra lượn lờ quyện trong sương, hòa trong tia nắng đầu ngày. Buổi sáng êm ả thanh bình làm sao, trong khói sương còn có tiếng chim hót ríu rít. Dường như cuộc sống chẳng có việc gì thúc bách như ở chợ. Ở quê, ao hồ xung quanh nên đêm xuống rất nhiều muỗi mòng.

Buổi chiều mẹ quét sân lần nữa, rưới nước để đó, chờ sụp tối bà ra đốt như bếp un muỗi. Khói nồng ấm lan ra khắp sân, bay vô nhà... Mùi khói nồng nàn sao, chúng tôi đứa ngồi học bài, đứa ngồi đọc sách... không con muỗi nào cắn. Đêm ở thôn quê, nhà nào cũng leo lét ánh lửa, người đốt rơm hun trâu bò, kẻ đốt phân khô... chẳng ai hiểu đấy là việc vệ sinh môi trường như ngày nay.

Đến mùa lá rụng nhiều, mẹ ví đôi ba bồ lá khô để ở góc nhà, giống như ở miền Bắc có cây bàng lá to xòe, mùa thu lá chín đỏ rụng xuống được người ta dùng làm chất đốt. Nhà văn Nhất Linh có đoạn văn tả hai đứa trẻ đi nhặt lá bàng ngồi chờ gió lên. Ngày trước đoạn văn được trích giảng vào sách giáo khoa, văn thật hay nhưng chuyện kể lại có chút gì đó thật xót xa, gợi thương cảm đến những người dân nghèo khó. Ở đây, mẹ tôi quét lá để dùng không phải vì nhà thiếu củi, cũng chẳng phải vì hà tiện, nhưng tính kỹ lại bà làm ra được khối tiền! Thật là tiện lợi, một công hai chuyện... Lá rụng nhiều rồi hóa thành rác chỉ thêm dơ bẩn, đốt chúng đi vừa sạch vừa lợi. Có thể chiếc lá cũng không nghĩ tới việc mình sẽ được hóa khói. Mẹ cứ thong thả cho từng nắm lá khô vô bếp, cứ thong thả nước sôi, thong thả nồi cám heo chín... Nhà thơ Kiên Giang có câu: "*Tiền không là lá em ơi*", nhưng với mẹ tôi thì khác. Mỗi lứa heo đem cân, số tiền thu được có cả tiền của lá khô đem lại...

Tôi bồi hồi nhớ lại hình ảnh mẹ. Giờ đây quê cũ vẫn còn đó hàng cau lơ thơ, mấy gốc mận... nhưng con người đã khác xưa. Lá rụng, mấy đứa cháu quét rồi tấp đâu đó, dơ bẩn, hoặc đem đổ xuống mương rạch... Cuộc sống thôn quê giờ đã đầy đủ tiện nghi, có nhang trừ muỗi, có thuốc xịt muỗi... đâu còn ai đi gom lá đốt hun muỗi chiều chiều. Ghe củi tràm chẻ sẵn chở đến tận nhà, còn lúc củi khan hiếm thì xài bếp dầu, có người còn sắm cả bếp ga...

Cuộc sống tiện nghi nhưng sông rạch, ao hồ không còn trong trẻo soi bóng mây trắng mùa hạ như ngày nào, và nhất là không ai quan tâm nhiều đến những cánh rừng tràm đang trở nên xơ xác, tàn tạ do việc lấy củi đốt... Tiện nghi dẫn tới bận rộn, thôn quê ngày nay dường như cũng ít người nấu cơm sớm, mà sáng sáng kéo nhau ra quán uống cà phê, rồi ăn sáng luôn. Nhà quê giờ đây nhất nhất cái gì cũng cần đến tiền. Nhiều người rời bỏ quê lên thành kiếm sống cũng vì dễ kiếm tiền hơn.

Khói! Khói! Cái mùi cay xè nồng nàn từ buổi thơ ấu đầu đời như đeo đẳng người ta cho đến lúc cuối đời. Có lần tôi bắt gặp một người đang đi chợt dừng xe lại, nhìn nhà bên đường đốt lá khô. Tôi cũng dừng lại, nhìn kỹ thấy gương mặt anh ta như ngây dại ra. Tôi tự hỏi anh là ai mà cảnh đốt khói kia cũng làm anh xúc động, đôi mắt mơ màng như nhìn về phương trời nào. Bất chợt tôi nghe như khóe mắt mình cay xè, và thoáng hiện bên kia màn khói trắng là khuôn mặt mẹ tôi, vẫn như ngày tôi còn bé.

NHỮNG MÙA HOA ĐIÊN ĐIỂN

Bên này mười hai giờ trưa, bên Mỹ chắc trời đã khuya. Hai khoảng cách địa lý xa vời vợi nhưng nhằm lúc nghỉ ngơi lại đi trùng hợp nhau. Tôi đang nằm lim dim, giật mình nghe tiếng điện thoại reo vang. Một người bạn cùng quê. Tôi ngạc nhiên vì mình rất ít cho ai số máy, sao anh lại biết? Nhưng vừa nghe vài câu liền lập tức nhận biết ngay dường như tôi chỉ được chọn là một đứa chịu nghe chuyện để anh ta trút bầu tâm sự tùm lum tùm la quanh nỗi nhớ quê...

Anh hỏi tôi tháng tám rồi gió thu về chưa, mùa nước năm nay thế nào... Sau đó anh xoay qua nhắc chuyện hồi còn ở nhà, mỗi mùa nước đồng ruộng hóa thành sông, tháng tám bơi xuồng ra ruộng gỡ lưới cá linh, tay chân vọc nước lạnh ngắt, lên bờ ngồi kế bên bếp lửa, nhìn những con cá béo ngậy nướng trên bếp lửa than chảy mỡ xuống xèo xèo... Cá linh còn được đem nhúng nước mắm chiên, ngon hết sẩy, lại còn nấu canh chua với bông điên điển nữa. Tôi chợt thấy cảm thông với nỗi lòng của người xa xứ, mùa nào nhớ thức nấy... Ở bên Mỹ chắc hẳn cũng vậy thôi, nhưng những "đặc sản" đất Mỹ sao có thể làm phai nhòa được thời gian với không gian chuyển biến theo mùa màng của quê nhà quen thuộc.

Tâm sự lan man rồi dường như anh hỏi tôi có nhớ không. Tôi hỏi nhớ gì, anh nói nhớ mùa nước, nhớ bông điên điển... Trời đất, con người ta vốn thông minh nhưng lại có đôi lúc ngớ ngẩn lạ lùng! Tôi đang sống tại quê nhà, ăn ngủ hít thở trong không gian của mùa nước lên vây bọc mà anh lại hỏi tôi như vậy! Tuy nhiên, vừa nghe anh hỏi thì tự nhiên tôi thấy lòng mình cũng chợt có gì đó nao nao... Rồi tôi cũng đâm ra ngớ ngẩn theo anh. Thì ra, cái nhớ nó cũng gần giống như cái ngáp, có sức lây lan, khiến tôi phải ngồi nhớ xa nhớ gần... Cũng với người bạn này, có lần tôi đem hai câu thơ chữ Hán dịch ra tiếng Việt:

Lạnh tanh bếp lửa chiều qua,
Hoa vàng trước ngõ ngắm mà thấy ngon.

Anh hỏi tôi thơ của ai. Anh không ngờ đó là thơ Nguyễn Du. Anh vỗ đùi khen quá hay, tuy là thơ cổ nhưng ý thơ rất mới, tưởng như thơ người ngày nay. Tuy nhiên, hai đứa lại đâm ra cãi nhau. Anh bạn tôi nức nở khen thi sĩ sáng tạo, tưởng tượng ra đủ mọi hoàn cảnh. Phần tôi lại căn cứ vào tiểu sử Nguyễn Du nên qua hai câu thơ tôi cho là ông có lúc cũng sung sướng, có lúc cũng phải chịu đói ôm bụng ngồi ngắm hoa... Nhưng hoa màu vàng ấy là hoa gì, đói sao không hái mà ăn?

Cũng liên quan đến hai câu thơ ấy, một lần có dịp ra Bắc, tôi lang thang một mình thơ thẩn về các vùng quê cổ kính để tìm hiểu và sống lại những hình bóng cũ, chợt nhận ra đất Bắc nghèo cây cỏ ăn được hơn trong Nam. Ở miền Nam rất nhiều loại rau dại ăn được, chẳng kể hết tên. Ngay cả bông hoa như bông bí rợ, bông điên điển, bông bầu, mướp, bông điệp, bông trang, thiên lý... cho đến cả bông xoài lấm tấm trứng cá cũng trộn gỏi ăn được.

Lại nhớ có lần giáo sư Trần Quốc Vượng cho rằng tục ăn rau dại chỉ có ở Huế, xuất xứ từ dân tộc Mường. Vậy chuyện dân Nam Bộ ra đồng gặp rau gì cũng đưa lên miệng thử coi có ăn được không, rồi biết ăn cả bông cù nèo, bông lục bình... gốc gác từ đâu?

Mỗi vùng đều có hương vị gây mùi nhớ. Ngày má tôi còn

sống, vào mùa nước má hay nấu một nồi mắm kho, trộn một thau lớn khoai lang nấu chín bóp nhuyễn trộn với dừa nạo, bông súng xắt nhỏ, rau húng cây, bông điên điển, bông thiên lý, một ít bông điệp cho có vị chua chua... Cả nhà vây quanh cái mâm đầy màu sắc, đủ mùi vị hòa hợp, mỗi người múc một tô chan mắm, ăn no khỏi ăn cơm.

Nhưng đó là món ăn chơi, khi cần ăn thiệt, ăn qua cơn đói, cũng chính bông điên điển là món cứu nguy cho những người lưu dân. Mùa nước năm 1978, tôi dạy học ở vùng tứ giác Long Xuyên, lần đầu tiên An Giang rơi vào cảnh dư nước uống, thiếu cơm ăn... Bụng tôi nói thầm, lần này cho biết thế nào là khổ. Nhà Nước bán cho ít lúa mì hột cứng ngắc, ngâm nước suốt đêm rồi nấu mãi vẫn dai nhách, nuốt không trôi. Nhưng xung quanh tôi mọi người vẫn tỉnh bơ thấy... ghét. Nước cao đến mức trổ nóc nhà ngồi vẫn mang theo lên cây đờn vọng cổ. Thì ra, có bông điên điển nở rợp trời, chỉ cần vài nắm gạo nấu sôi, hái bông bỏ đầy nồi, thêm cá vào thành nồi cháo tuyệt ngon, người không biết nhìn qua chẳng thể ngờ là nhà đang đói kiếm sống cầm cự chờ lúc nước xuống!

Bông điên điển phải đợi tới tháng sáu mới nở rộ, nhưng các tháng trong năm người miền Nam vẫn nhắc nó tha thiết. Anh bạn tôi nhắc vài món ăn gợi lại hình bóng quê nhà, nhưng xa quê nhiều năm rồi chắc anh cũng quên bông điên điển còn dùng làm món xào, hoặc nhận vô hũ mắm thành dưa mắm, hay ngâm nó với nước vo gạo làm dưa chua. Hồi nhỏ, qua mùa nước cả tháng tôi còn thấy người ta mang cả khạp bông điên điển làm dưa mang ra chợ, cũng như dưa môn, bây giờ không thấy nữa. Món đặc biệt nhất là trộn bột với bông điên điển chiên lên thành bánh. Muốn bánh ngọt thì cho đường, làm bánh mặn thì cho thịt, tép với bông trộn bột chiên giòn lên. Khách ở xa tới thăm, chiên loại bánh này đãi lai rai, vừa rẻ tiền vừa ngon, chẳng cần đưa nhau chi xa tới nhà hàng.

Cụ Vương Hồng Sển mất đã nhiều năm qua. Lúc còn sống, cụ Vương cũng thuộc loại lưu linh đã lâu không về quê, nhớ tới bánh điên điển nhưng là nhớ mang máng hoặc tưởng tượng thêm. Cụ viết, ở Sóc Trăng vào dịp Tết dân Khơ Me hay làm bánh điên điển nhưng bằng cách để thau bột, chảo mỡ dưới xuồng bơi dọc theo bờ kinh, kéo nhánh điên điển xuống nhúng vô thau bột rồi chiên lên. Thế là dọc theo bờ kinh bông điên điển hóa thành bánh treo lên cây tự nhiên tòn ten lủng lẳng. Một hình ảnh thật ngộ nghĩnh!

Tôi có tật ai nói gì cũng nghe, không phản đối, nhưng sau đó luôn tìm cơ hội kiểm chứng lại. Báo hại tôi cất công xuống tận Sóc Trăng tìm hiểu chuyện "cây bánh điên điển", nhưng ai nấy đều ngẩn ngơ không biết, hay là phong tục xưa đã biến mất?

Nhưng hình như cụ Vương chỉ viết cho vui. Không trách cụ, ai có kinh nghiệm đọc sách đều biết là ngay cả những người nghiêm trang nhất cũng có lúc hóa thành người thích đùa, mà đùa dai nữa. Đâu có ai mà lúc nào cũng đạo mạo nghiêm chỉnh cả.

Trở lại với người bạn tôi, tưởng anh nhớ gì chứ nhớ cá linh thì rất dễ. Công ty Antesco của An Giang đã cho cá linh "lên đời" bằng cách kho khô, kho mía đóng hộp xuất khẩu, tôi sẽ mua vài hộp gửi sang cho anh. Riêng màu hoa vàng điên điển kia thì đành chịu, không phải đặc sản nào cũng xuất khẩu được.

Nhưng mà nghĩ cũng lạ cho anh bạn tôi. Người Việt sang đất Mỹ có nhiều người trở nên giàu có, nhưng cũng có nhiều người rất khổ, rất nghèo, phải làm đủ nghề vất vả kiếm sống. Làm ăn thành đạt không nói gì, sống ở đâu cũng được. Đằng này tôi biết anh thuộc loại nghèo khổ, cực nhọc vô cùng, mà chẳng hiểu sao anh không tìm đường về quê, lại cứ ở bên ấy mà nhớ nhung héo hắt. Thương anh tôi lại sực nhớ, nhạc vàng đa số buồn rũ rượi nhưng có bài nghe cũng được. Tỉ như trong một bài có câu: "*Nhiều lúc muốn trách móc hay giận hờn vu vơ chỉ làm phí tuổi thơ. Dù rằng sau mưa bão gió hiền hòa lại về vẫn nghe lòng hoang vu. Cuộc đời là hư vô, bôn ba chi xứ người khi mình còn quê hương.*"

Thôi về đi bạn ơi, màu hoa vàng vẫn đang chờ người về lại bến sông xưa!

MÓN ĂN CỦA MẸ

Có người ngày kỵ giỗ chỉ gói gọn trong gia đình; có người nhân những ngày này để gặp gỡ người trong thân tộc, bạn bè thân mật chuyện trò, suốt năm tiệc tùng hết nhà này đến nhà kia, xem đây cũng là việc trả lễ. Anh bạn tôi thuộc hạng thứ hai.

Nếu như ở miền Bắc vào những dịp cúng tổ tiên mâm cúng phải có đủ 4 món cơ bản: giò, nem, ninh, mọc, thì ở Nam Bộ 4 món chính ấy hóa thành: hầm, thịt luộc, (gỏi) xào, kho. Gia đình nào khá giả thì thêm bì cuốn, chả giò, thịt heo quay, lẩu chua ngọt, bánh mì cà ri, vịt tiềm... Đám giỗ thường ít khi ăn hết, nhưng điều này với người miền Tây không quan trọng, mà cái quan trọng là thỉnh thoảng gặp nhau nói chuyện ruộng nương, đất đai thân mật... hâm nóng lại tình cảm bà con láng giềng, bằng hữu. Vì thế mỗi lần đám giỗ mẹ, bạn tôi rất chu đáo, lo chuẩn bị các thức đâu đó hoàn chỉnh trước cả ba bốn ngày.

Có rượu vào, tất nhiên có lời ra... Dần dần rồi chuyện cúng giỗ chẳng qua chỉ còn là cái cớ để người sống tụ tập lại ăn nhậu, dường như quên cả việc đây là ngày tưởng niệm người đã khuất... Nhưng không... trên bàn thờ vẫn còn một dĩa ba khía trộn chanh tỏi, một dĩa ba khía xào đỏ au để nguyên không bưng xuống.

Nhiều lần như vậy khiến tôi chú ý. Vì sao trong hàng chục món ăn thịnh soạn lại có hai dĩa ba khía nằm giữa? Một lần tôi không dằn được sự tò mò, hỏi bạn. Hóa ra mẹ anh ngày xưa rất mê món ba khía. Hôm nào không có ba khía hầu như là ăn cơm rất ít, đến độ bà đau... cho bà ăn ba khía là lập tức hết bệnh ngồi dậy. Vì vậy con cháu không quên, có năm đám giỗ bà, anh bạn tôi trúng mánh mời mọc khách khứa rần rần, đãi đằng thịnh soạn, nhưng vẫn không quên dĩa ba khía cúng mẹ.

Dường như ở mỗi gia đình đều có những kỷ niệm thiêng liêng, không nhà nào giống nhà nào. Cho tới một ngày thành hình ở mỗi người một thói quen nào đó mà nếu truy đến tận nguồn cội biết đâu lại chẳng được truyền lại từ ông bà, đến cha mẹ, xuống con cháu...

Từ đứa trẻ bú mớm vú mẹ, tới lúc được mẹ nhai cơm cho ăn... Sau này lớn lên, hình như mẹ thích ăn gì, con cái thích ăn theo món đó, dù mặn, dù lạt... Đấy là tính cách truyền thống của mỗi gia đình, dường như cũng liên quan đến văn hóa dân tộc.

Miền Bắc, việc ăn uống chủ yếu dựa vào tương. Miền Nam tôm cá nhiều nên thiên về mắm, nước mắm... Trở lại với người bạn tôi, mẹ anh thích món ba khía nên gia đình anh cũng thường ăn ba khía. Tới lượt đứa con lên Sài Gòn học, hai vợ chồng lo lắng không biết thằng nhỏ ở ký túc xá nấu nướng ra làm sao. Hai vợ chồng anh đi thăm con, rồi hai người bật cười, tiền cha mẹ cho không đủ tiêu dùng, thằng bé ung dung ăn cơm với ba khía. Và nhờ món ăn mộc mạc của bà nội, đứa bé nhà quê ngày nào trở thành kỹ sư ngành dầu khí.

NHỮNG HÌNH BÓNG CŨ

Má tôi kể, hồi đó ông ngoại đi khai hoang trong vùng tứ giác Long Xuyên, đất mới trúng mùa, nhưng là mùa đầu còn phải trả tiền vay mượn, còn vốn liếng cho năm sau. Nhưng ông ngoại lại chơi về một giàn máy hát đĩa hết 50 giạ lúa! Bà ngoại tôi giận lắm. Tuy nhiên, sau đó bà nguôi ngoai khi biết đây là cái máy đầu tiên ở trong làng, nhà giàu lúc ấy cũng chưa ai sắm.

Bà con lối xóm kéo đến nhà xem thật đông vui. Nó như một con vật lạ, có cái cổ dài ngoằn giống cổ vịt, gắn kim vô quay dây thiều, đĩa hát bằng đá đen bóng từ từ quay tròn, phát ra tiếng hát. Chỉ có năm ba đĩa hát thôi, đâu có nhiều, do thầy Năm Tú sản xuất với giọng ca của cô Tư Soạn, Ái Lan... gì đó, mà nghe đi nghe lại không chán. Sau đó, do hát nhiều lần và để kim không cẩn thận, đĩa bị trầy, đến đoạn cô Ái Lan xuống câu giọng cổ "*thôi thôi thiếp đã phụ chàng*" thì thành ra "thôi thôi thiếp đã phu phụ..." rồi cà lăm một lúc mới xuống chữ "*chàng*". Bà con lối xóm khoái chí cười rân làm ông ngoại tôi quê độ đem cất, thỉnh thoảng có đĩa mới đem ra hát.

Má tôi còn nhỏ, năm đó lên mười tuổi. Thấy vậy bà nổi máu... kinh doanh. Bà lén mở tủ lấy máy hát đem xuống xuồng, bơi vô các con rạch xa trong ngọn. Đến xóm nào, bà tập họp bọn con nít đến, đứa nào xuống nghe phải nộp cho bà ba trái xoài chín, hoặc đu đủ, mía chẳng hạn. Không có thì xúc lon gạo đem tới để nghe... Khi má bơi xuồng trái cây về nhà, ai nấy chưng hửng, không cho má đi nữa, vì lúc đó nó là một tài sản lớn, sợ giữa đường bị đứa lấy cắp.

Nghe má kể tôi cười đau bụng, câu chuyện xảy ra ở đâu vậy, xứ nào mà "*quê mùa, đi nghe máy hát trả vùa cà na*".

Sau đó nhớ lại, giật mình! Đã là một trăm năm, nghĩa là một thế kỷ, thời gian vượt qua rất nhanh với biết bao nhiêu sự kiện. Chuyện lâu hơn về trước tôi không biết, chỉ nghe người lớn kể lại, chớ chuyện trong vòng 50 năm trở lại đây cũng đủ thấy cuộc sống thay đổi liên tục, nhất là những năm gần đây. Thay đổi thật âm thầm, êm ái ngay trước mắt, đến độ người ta không hay biết, không để ý, mặc dù vẫn hít thở, vẫn uống cà phê mỗi sáng. Để rồi giữa đêm gió chuyển mùa sang, trời đất làm một cuộc giao ca, tết đến lúc nào người ta mới sực nhớ ra, bỗng dưng trở thành người hoài cổ.

Hồi những năm năm mươi, máy hát cổ dài ngoẳng như cổ vịt vẫn còn. Rồi nó biến mất không ai hay để xuất hiện máy hát khỏi quay giây thiều, dĩa mỏng đủ màu. Lần lượt nó được thay thế bằng máy Akai với cuốn băng to đùng như băng chiếu phim. Dần dần lại thay bằng máy casset, truyền hình đen trắng, rồi truyền hình màu, đĩa CD, cho đến hiện nay là máy vi tính lấy hình ảnh, âm thanh trực tiếp từ mạng Internet.

Và máy vi tính hiện đại đã làm cho những người thợ sắp chữ chì, đùng một cái trở thành thất nghiệp, lang thang, bán vé số, chạy xe đạp ôm... Về đồ gia dụng trong nhà, rổ tre, chiếu lác Định Yên, Cà Mau dường như chỉ còn dành riêng cho người khá giả tài. Bài vọng cổ *Tình anh bán chiếu* do Út Trà Ôn ca như là báo hiệu trước... nạn thất nghiệp, nếu như không có hợp tác xã lo nghề dệt chiếu. Làm sao cạnh tranh nổi với chiếu nhựa được sản xuất hàng loạt vừa rẻ vừa tiện lợi, bền bỉ nữa.

Thử nhìn lại cách đây vài năm thôi, nhiều thứ đã tự nhiên biến mất khỏi đời sống, tỉ như là đèn dầu ống khói trứng vịt. Ở thôn quê bây giờ, nhà nào không có điện? Mà có cúp điện thì người ta đã chuẩn bị đèn acquy rồi.

Cuộc sống thay đổi, êm ái nhẹ nhàng và quen thuộc đến

độ không ai để ý... Mà vật chất thay đổi tất nhiên cũng dẫn đến phong tục, tập quán thay đổi. Và điều quan trọng hơn nữa là lòng người; tình người chắc chắn cũng đã khác hơn ngày hôm qua... Chẳng biết cái khác đó là theo chiều hướng tốt hơn, như vật chất, kỹ thuật tinh xảo hoàn hảo hơn, hay có khi lại là xấu đi theo chiều ngược lại!

ooo

Con người có tốt hơn theo cuộc sống vật chất phát triển, hay là ngược lại, tôi không dám khẳng định, mà chỉ muốn so sánh vài hình ảnh xã hội ngày nay với trước đây. Khi miệt vườn còn làm lúa mùa mỗi năm một vụ Lúa tuy ít nhưng người ta quý, tôn trọng hột lúa, công sức lao động làm ra nó. Một ký lúa đổi được ký thịt heo, hoặc một chục trứng vịt, hay một khăn choàng tắm loại một mét vải. Tết đến, chú chệt làm heo trong xóm hay mổ heo đổi lúa. Thành ra chốn đồng ruộng hắt hiu tết đến nhà nghèo vẫn có đầy đủ thịt thà, quần áo mới. Lúa là hột ngọc của trời, nên trước khi ăn cơm người hay có tục chắp tay xá xá. Ăn xong cũng để chén xuống chắp tay xá xá, trong chén không bỏ sót lại hột cơm nào.

Ngày nay lúa nhiều nhưng đổi được gì? Có lẽ vì làm ra lúa quá dễ nên cái chuyện chắp tay xá xá cũng không còn nữa. Con nít ăn cơm bỏ mứa là chuyện thường xuyên, nói chi chuyện bỏ sót hột cơm trong chén, nhưng chẳng nghe người lớn răn dạy. Rồi cơm thừa đó mang đổ trắng xuống cống rãnh. Thành ra con nít ngày nay ít biết gì về giá trị mà mình hưởng thụ, cũng như luôn mơ ước những thứ mình không làm ra.

Lúa gạo nhiều nhưng con người thản nhiên lặng thinh trước tiếng kêu than của kẻ lỡ bước sa cơ, ăn xin qua ngày... Trong khi đó, hồi trước còn làm lúa mùa, bao giờ trong nhà dân quê cũng có món để giúp người. Tỉ như trong bếp, ngoài lu gạo thường dùng còn có hũ gạo tích âm đức. Má tôi là một nông dân thực thụ nhưng bà giải thích thói quen của mình rất tâm lý, rất khoa học. Việc giúp được nhau coi vậy mà khó lắm. Lu gạo đầy nhưng xúc ra một lon cho người không dễ dàng, bản tính con người thường như vậy. Cho nên người xưa, lúc vo gạo bốc ra một vài nắm gạo cho vô hũ tích âm đức. Gia đình bớt một vài nắm gạo vẫn thấy no bụng, mà được cái luôn có sẵn để giúp đỡ người. Và cũng theo ý nghĩa này, quần áo cũ thường để dành đó không bán, chờ dịp giúp người; cũng như trước cửa mỗi nhà luôn có để lu nước với cái gáo dừa thật sạch sẽ, dành cho những kẻ lỡ đường. Những hình ảnh đẹp này ngày nay như là ít thấy, mà khi hỏi nghĩa "*tích âm đức*" là gì, người ngày nay cũng không mấy ai muốn hiểu.

Phụ nữ ngày trước khéo tay lắm. Mỗi lần tết đến hay mỗi lần quê nội, quê ngoại có giỗ chạp, không khí thật vui lắm, thiêng liêng lắm. Trước đó mấy ngày, má tôi và mấy bà chị lo chuẩn bị bột, trứng vịt làm bánh: bánh bông lan, bánh bột đậu, bánh thuẫn... đủ loại. Nhất là bánh thuẫn, một chén bột nhỏ mà bánh nở vun tròn như bàn tay xoè ra bốn cánh. Phải biết cách đánh bột, nếu không bánh sẽ chai, không nở. Bánh thuẫn ngày nay cùng với nhiều loại bánh khác như đã thất truyền, mấy cô gái đời nay như là không biết đến hình dáng, màu sắc cũng như mùi vị của nó, nói gì đến chuyện tự tay làm.

Cũng như nhiều người không biết cái quả tức là cái hộp để bánh. Quả hình tròn, có nắp kiếng. Nhà khá giả thì có quả bằng cây chạm trổ đồi mồi lóng lánh. Khi được mời đám giỗ thì người ta làm bánh bỏ vô quả đem tới, so tài khéo léo cùng chị em bạn gái, đồng thời cũng tỏ tấm lòng với người quá cố. Sau đó chủ nhà biếu lại mỗi thứ một ít bỏ vô quả mang về. Giữa chủ nhà với khách có sự tương kính quý mến nhau.

Ngày nay thì sao? Tết nhứt, giỗ chạp... các cô mua bánh trái ở chợ cho tiện. Có tiền là được, chẳng cần bận tâm nấu nướng cho mệt, chỉ cần nhấc điện thoại lên, nhà hàng mang tới tận nhà. Ngay ở thôn quê ngày nay, có đám tiệc cũng đã có thói quen nhấc điện thoại lên. Rõ ràng, cuộc sống bây giờ sướng hơn ngày xưa, ở cách đôi ba chục cây số mà nhà hàng vẫn phục vụ tới bến, tận tình.

Nhưng rồi tiêu chuẩn công, dung, ngôn, hạnh của các cô ngày nay là gì? Trong một cuộc thi hoa hậu, Nghe Ban giám khảo hỏi câu ấy, người đẹp đâm ra lúng túng không thể trả lời ngay. Mà chính tôi cũng cứ băn khoăn hoài câu hỏi ấy!

ĐÒ DỌC

Sông Long Xuyên, đoạn từ Chùa Phước Hậu ra thị xã, dài chỉ ba cây số thôi mà trước kia có hàng mấy chục chiếc đò dọc, nửa đêm về sáng vang vang tiếng gọi “đò... ơi”...

Buổi sáng mờ mờ hơi sương, những chiếc đò trước mũi leo lét ngọn đèn lồng, róc rách rẻ nước. Hai bên bờ người ta lục tục xuống đò với mớ rau tươi, mớ cá đồng xuôi chợ. Dòng sông đầu ngày giá lạnh ấm lại theo hơi người. Thú đi đò *tình tang, tang tính tình* ăn sâu trong mọi tầng lớp, từ kẻ mua bán, thợ thầy cho đến các em học sinh... Xe lôi không tranh lại.

Dòng sông xa bờ ký ức, kỷ niệm bao năm qua tôi vẫn còn nhớ như in. Giờ tan học đứng trên bờ nhìn xuống học sinh đi đò làm dòng sông trắng lớp lấp lánh. Ngang qua cầu Hoàng Diệu, mấy đứa tinh nghịch kêu vang, tiếng kêu dội lên thành cầu âm vang rền rền dội xuống nước.

Đi đò mất rất nhiều thời gian, nên ngày nay chẳng mấy ai chuộng. Lần lượt những chiếc đò gác bên sông, người chuyển qua nghề khác. Vài người vì yêu sông nước phải sắm thêm máy nổ phành phạch để nhanh hơn. Gắng gượng được vài năm, rồi những chiếc đò máy này vẫn không đáp ứng nổi nhu cầu nhanh lên,. nhanh lên nữa của con người... Sông vắng bóng đò, thay vào đó là xe lôi, xe bốn bánh chạy đầy trên đường, cuộc sống như lật qua trang khác.

ooo

Có người cho rằng tiếng gọi đò là một trong những nỗi ám ảnh của văn chương. Tôi cho là có điều này, vì đấy là những rung động phút giây đầu đời, và nó vẫn giữ nguyên như vậy cho tới cuối đời, dù kỷ niệm có xanh hao, dù dòng sông đã xa bờ ký ức.

Những con sông ở miền Nam, không riêng gì sông Long Xuyên, ngày nay ghe cộ ngược xuôi, máy nổ phành phạch khói bay mịt mù. Cuộc sống vui tươi vậy đó, mà tôi vẫn thèm nghe tiếng gọi "đò... ơi", thật vô lý. Tại sao? Có phải chăng nhiều thế hệ vẫn tồn tại song song bên nhau, nhưng nếu một thế hệ nào đó chưa mất hẳn thì nhiều thứ trước đây đối với họ vẫn còn. Này nhé, ngày nay rổ nhựa đủ màu sắc xanh đỏ đẹp mắt nhưng có người vẫn nhớ cái rổ tre; đã có chiếu nhựa rẻ và đẹp nhưng có người vẫn tìm mua chiếc chiếu lác... Văn hóa là một trong các từ khó định nghĩa, nhưng dường như nó là cái gì còn đọng lại êm đềm trong lòng người.

Ai nhanh thì cứ việc nhanh. Tại sao khách du lịch đến miền Tây, nhất là khách nước ngoài, thường thuê nguyên chiếc đò để chèo dọc theo kênh rạch? Trong khi đó tôi lại không có được những phút giây thảnh thơi trở về bến cũ, bơi chiếc xuồng ba lá hay thuê chiếc đò chèo dọc theo dòng sông?

Mặc dù vẫn biết mình đã là người khác, chẳng bao giờ tắm được hai lần trong cùng một dòng sông, nhưng sao vẫn thấy nhớ da diết những tiếng gọi "đò... ơi" vang vang trong sương sớm!

HOA DÂM BỤT

Có người gọi nó là hoa hồng Trung Quốc, nhưng dường như nó có nguồn gốc từ Ấn Độ. Mà xuất phát từ đâu không rõ, nhưng tìm đến làng quê Việt Nam thì hoa dâm bụt đã trở thành một người bạn dân dã, gần gũi mọi người, vì hầu như nhà nào cũng có trồng hoa dâm bụt. Và những bông hoa đỏ thắm có cái đuôi dài giống chiếc lồng đèn treo lủng lẳng, nên có thêm tên gọi bông lồng đèn mộc mạc.

Tôi yêu nó từ dáng cây, cho đến lá, đến màu hoa tươi thắm, cần cù từ 5 giờ sáng đến 5 giờ chiều nở suốt bốn mùa. Ngay mùa nước nổi lênh đênh, xung quanh cây cối xơ xác tiêu điều, bông lồng đèn vẫn lung linh ánh lửa như nhắc nhở mọi người nên chịu khó kiên nhẫn.

Năm giờ sáng thức dậy, trước khi tập thể dục, đứng bên hàng rào nhìn những nụ hoa đọng sương đêm run run, từ từ hé cánh. Chỉ trong phút giây hoa sẽ nở, đừng nôn nóng. Nếu đem so sánh với cảm giác đứng rình hoa quỳnh nở lúc giữa khuya, giấc ngủ chỉ thêm mộng mị, còn buổi đầu ngày nhìn bông lồng đèn rộ nở, sức lực như được tăng cường để chịu đựng cho đến cuối ngày.

Với tôi, hoa là người bạn thân thiết. Lúc còn ở cơ quan, tôi lễ mễ khiêng từng bao đất trèo tuốt lên lầu tư sân thượng, tạo ra một mảnh vườn nhỏ trồng rau, không quên cắm một nhánh bông lồng đèn. Sau đó có nhà, rồi phải di dời, bỗng tự nghiệm ra là dù tôi có đi đâu, về đâu, điều chắc chắn là vẫn phải trồng ít bụi bông lồng đèn trước cửa nhà. Một thói quen, một ý thức thành hình trong tôi tự lúc nào!

Lần theo tiềm thức nhớ lại. Té ra quê ngoại nhà nào cũng có hàng rào dâm bụt để cả vùng quê bừng sáng lên. Không ngờ ấn tượng từ thuở nhỏ vẫn đeo đuổi con người cho đến khi lớn lên. Và tôi bỗng giựt mình... Nhà ông ngoại là của ông cố để lại, hàng dâm bụt trước ngõ tính ra đã gần hai trăm năm! Miền Nam mới hơn ba trăm năm, thời gian kéo theo dâu biển, mất mát, tưởng như nó sẽ làm mất hết. Không ngờ thói quen của người ta có nhiều thứ được truyền lại xa đến như vậy, như nết ăn uống, như màu hoa đỏ thắm của bông lồng đèn...

Xa xưa hơn nữa, Nguyễn Trãi có bài thơ "*Hoa dâm bụt*" cực hay:

Ánh nước lồng hoa, một đóa hồng,
Nhởn nhơ không bén, Bụt là lòng.
Chiều hôm nở, chiều mai rụng,
Sự lạ cho hay, tuyệt sắc không.

Bài thơ ngắt nhịp bốn ba, riêng câu thứ ba lại ngắt nhịp ba, ba đối xứng hai cảnh đời. Bóng hoa lung linh chiếu dưới mặt nước, rõ ràng ở đây Nguyễn Trãi tả cái ảnh ảo nên mới nhởn nhơ không bén. Nhưng rồi chiều hôm nở, chiều mai rụng khiến cho cái ảnh ảo kia hóa thành ảnh thực. Và sang đến câu thứ tư thì điều hư, thực đều không còn nữa. Ranh giới giữa hư, thực đã xóa nhòa.

Và hàng rào dâm bụt trước nhà mỗi ngày vẫn cần cù trổ những bông hoa đỏ thắm dâng đời.

CỎ NON, TIẾNG DẾ

Chỉ cách đường phố trăm bước chân, thế nhưng ngoài phố nhà cửa thênh thang xe cộ dập dìu, trong này mái lá chen nhau xung quanh tràn cỏ xanh và đêm xuống dế hút dìu dặt. Có bạn đến chơi bảo tôi nên làm sạch cỏ, tráng xi măng khoảng sân, rào lưới B40 cho tử tế.

Thật tình tôi không hiểu được quan niệm này. Mặc áo bỏ vô quần, đầu xứt dầu mướt rượt cũng được cho là tử tế, còn kẻ mặc quần kaki, áo thun xếp vào loại không đứng đắn.

Tôi không biết. Chỉ biết một điều mỗi ngày ngắm bãi cỏ hoang kia nghe tâm hồn thư giãn, dõi theo nhịp mùa đi qua màu xanh lá cỏ. Chỉ những lúc cỏ ra dài um tùm như Chế lan Viên có lần kêu lên "*Hoa thường ngày héo, cỏ thường tươi*" mới kêu những người chăn bò, nuôi dê đến cho ăn.

Ở thành thị chẳng mấy người được hạnh phúc ngắm đôi bò gặm cỏ, nuôi dưỡng chút hồn quê giữa phố. Và thú vị nhứt là vào khoảng 5 giờ chiều được nghe tiếng côn trùng râm ran, nhất là lũ dế tấu khúc nhạc đồng quê.

Sống trên đời luôn có người chê, kẻ khen. Hóa ra đời còn có những người như anh bạn tôi. Nhà anh lầu cao ba bốn tầng ngoài đường phố. Vào chơi, anh so bì "chỉ cách nhau có vài trăm bước chân mà chỗ xe cộ ồn ào, chỗ lại tĩnh lặng tràn tiếng dế".

Từ thuở nào, tiếng dế đã đi thẳng vào tâm hồn con người, từ trẻ thơ cho đến người lớn. Từ người không được học hành đàng hoàng đến bậc trí thức uyên thâm. Cuộc sống vui tươi nhưng cũng có lúc không biết lấy gì làm vui, tâm hồn trống vắng, bất hạnh thường đến vào những phút trống vắng đó.

Nhưng tôi đã có khúc nhạc dế... Mới ban đầu, nghe nhịp

dế gáy đều đều mỗi đêm tưởng không có gì khác nhau, dần dần mới hiểu dế cũng có "tâm trạng", cứ mỗi mùa, mỗi lúc lại có nhịp gáy khác nhau. Mùa hạ, tiếng dế nghe như nhặt hơn, biểu lộ trạng thái sung mãn. Rõ ràng bọn trẻ bắt dế chơi trò đá nhau thường đá mùa này. Mùa thu, những đêm gió mùa thu thổi vào mùa đông mát mẻ, ngọn gió bấc đổi gác đợi lúc gió xuân về, tiếng nhạc dế dìu dặt khoan thai "*re... re... re*" gọi bạn tình. Ở đâu đó người bạn tình cũng gọi lại "*re... re... re*". Ca dao Việt Nam có câu nói về tiếng dế:

"Đêm nằm trăn trở không yên,
Tai nghe tiếng dế gieo duyên ngoài thềm."

Và trong thi ca cũng vậy, người nông dân cảm thương con dế như cảm thương cho cuộc đời một nắng hai sương của chính mình:

"Cảm thương con dế trong hang,
Kêu vang chẳng ngại cơ hàn nắng mưa."

Nhạc dế đi vào thơ rất nhiều. Ngày trước Đoàn Thêm có tập nhạc dế. Họ Đoàn vốn là chủ ngân hàng, có lẽ vì mãi lo tiền bạc nên viết tập nhạc dế không hay bằng nhà thơ Quách Tấn làm chỉ có 2 bài về nhạc dế lại hay:

"Sân lại hoa nở trắng,
Tiếng dế dịu dàng sương.
Man mác nghìn xưa đọng,
Ánh trăng thoang thoảng hương..."

và

"Tiếng dế trùm đêm quạnh,
Vườn dừa ngưng ánh sao.
Bên đèn trang sách cổ,
Lạnh lạnh sắc chiêm bao."

Nguyễn Trãi thời xưa cũng có câu thơ trong "kỳ hữu":

"Cố viên quy mộng tam canh vũ,
Lữ xá ngâm nga lũ bích trùng."

Dịch nghĩa:

"Vườn cũ năm canh mưa lẫn mộng,
Quê người bốn vách dế ngâm thơ."

Cả Nguyễn du cũng có thơ dế trong "*Thu dạ*":

"Phồn tinh lịch lịch lộ như ngân,
Đông bích hàn trùng bi cánh tân."

Dịch nghĩa

"Sao vàng lấp lánh ánh sương dày,
Dế góc tường đông giọng đắng cay."

Mỗi năm có một lần xuân về, vào dịp những ngày cuối năm này tôi thường bâng khuâng nhớ lại những gì mình đã làm trong năm. Và đồng thời thầm cám ơn những người đã giúp đỡ mình trong lúc túng thiếu, hoạn nạn. Muốn sống được ở đời phải mắc nợ nhiều lắm... trong đó có cả việc mắc nợ khúc nhạc dế... Tôi cám ơn dế chỉ vì tôi luôn luôn được nghe tiếng của nó... và vì tất cả tư tưởng của nhạc dế, dù khúc nhạc thơ ngây chỉ để tâm hồn tôi không có khoảng trống vắng, chính khoảng trống vắng thường gây ra bao nỗi bất hạnh cho đời...

CON CÒ TRẮNG

Người Sài Gòn "có bệnh" thương nhớ đồng quê. Hãy nhìn từng chuyến xe tải ở miền Tây chở cua, ốc - gần đây còn có hến - lên Sài Gòn thì đủ biết. Riêng dân đồng ruộng hằng ngày đối mặt cùng đất đai mà lại nhớ đồng, kể cũng lạ.

Nhưng quả thiệt có điều này. Môi trường thiên nhiên từ từ mất dần, thay đổi khác xưa, cho đến lúc sực nhớ lại mới thấy sao mà lạ lẫm. Về việc chim chóc chẳng hạn. Trước đây vào độ tháng chạp, gió bấc hiu hiu cho đến Tết, chim trở lại đồng nhiều vô số kể, ăn cá tôm rút theo nước không kịp còn sót lại trên mặt ruộng.

Đồng quê nên thơ với từng bầy sáo sậu, nhạn đất, cò xoải đôi cánh trắng muốt bay lả bay la. Chúng để lại cho người ấn tượng khó phai mờ. Loài quạ ở đây nhiều vô số kể, từ trên trời cao chúng đâm bổ xuống bắt gà con. Lũ gà phản xạ tự nhiên, nghe kêu tiếng "*quạ*" là lập tức chạy tán loạn núp cả vô bụi rậm, đống rơm...

Ca dao viết về chim, nhất là về con cò, rất nhiều. Tôi nhớ mãi những buổi trưa hè dạt dào gió từ cổng trước ra vườn sau. Thôn quê có tục gian nhà trước dùng để thờ phượng ít khi mở cửa, tất cả sinh hoạt tập trung ở nhà sau hoặc bên mái chái.

Buổi trưa, dọc theo con đường làng vắng vẻ, những bà mẹ, bà ngoại nằm đu đưa trên võng phía sau nhà ở đâu đó hiu hiu ru con.

Con cò nó mổ con lươn,
Bớ chị ghe lườn muốn tía tôi không?
Tía tôi lịch sự quá chừng,
Cái lưng mốc thếch, cái đầu chôm bôm.

Dần dần có sự thay đổi, mất mát dây chuyền: Lũ gà hết phản xạ tự nhiên, dù kêu trăm tiếng quạ chúng vẫn đứng yên như không biết quạ là gì. Trẻ con ngày nay, có mấy đứa thuộc được chừng năm ba bài ca dao, đủ để nuôi dưỡng cái đẹp? Con người ngày nay trông trẻ trung nhưng tâm hồn trở nên máy móc, già đi nhiều có phải?

Những bài ca dao có nội dung ngộ nghĩnh nhưng nhiều khi lại rất sâu sắc. Nhiều người lúc nhỏ không hiểu những ý nghĩa sâu sắc, lớn lên trôi theo dòng đời vất vả kiếm sống, có lúc nào đó từ trong ký ức xa xôi bỗng hiện về một câu hát cũ, rồi tự thấy thấm thía, hiểu ra những gì ẩn chứa sâu xa trong cái nội dung ngộ nghĩnh ấy. Văn hóa dân tộc là vậy, chẳng cần đi tìm đâu xa. Thí dụ như bài ca dao con cò:

Con cò mà đi ăn đêm,
Đậu phải cành mềm lộn cổ xuống ao.
Ông ơi, ông vớt tôi nao,
Tôi có bề nào ông hãy xáo măng.
Có xáo thì xáo nước trong,
Đừng xáo nước đục đau lòng cò con.

Mẹ tôi hay ru con cháu bài hát ru này với giọng hiu hiu, buồn mê như tiếng mưa đầu mùa, rơi tí tách xuống mái lá. Có thể vì hình ảnh con cò luôn được ví với thân phận người phụ nữ:

Con cò lặn lội bờ sông,
Gánh gạo nuôi chồng, tiếng khóc nỉ non.

Cái âm hưởng buồn bã của cuộc đời nghèo túng bẩn chật, làm ban ngày không đủ sống, phải tranh thủ làm thêm ban đêm để nuôi con. Cái cò lần dò trong đêm tối rét mướt, có thể vào đêm tối ba mươi cuối năm vẫn còn lặn lội.

Ban đầu không có gì trái luật, trái lệ, nhưng trong tăm tối tránh sao khỏi những cạm bẫy, một bước vô tình sa chân. Cuối cùng, cò không thể thanh minh, chỉ biết van xin, nài nỉ:

Ông ơi, ông vớt tôi nao,
Tôi có bề nào ông hãy xáo măng.

Hình như thân phận con cò kiếm sống vất vả, bon chen với đủ mọi tầng lớp nên luôn phải thanh minh:

"Cái cò, cái vạc, cái nông,
Sao mầy giẫm lúa nhà ông hở cò?
Không, không! Tôi đứng trên bờ,
Mẹ con cái vạc đổ ngờ cho tôi,
Chẳng tin thì ông đi đôi,
Mẹ con nhà nó còn ngồi đâu kia.

Chắc là không ai nghe cò! Đã đi đêm mà không chịu ngụy trang, để đôi cánh trắng muốt. Nhưng con cò khù khờ đó lại dũng cảm nhận trách nhiệm và nhất là biết nghĩ tới tiết tháo, sợ ô uế vết nhơ cho đời sau.

Có xáo thì xáo nước trong,
Đừng xáo nước đục đau lòng cò con.

Cần phải nói gì nữa không, trước tấm lòng kiên trì thương con cho tới chết? Bài hát ru tới đây xem như chấm hết, nhưng nội dung bùi ngùi của nó khiến cho chúng ta không khỏi suy nghĩ thêm. Cả một sự bất ngờ và cũng đúng lúc vào dịp tết rộn ràng, đồng thời có chút gì đó hiu hắt để người ta đứng trước bàn thờ tổ tiên nhớ lại...

Người Trung Hoa chia hiếu ra làm ba bậc, thượng, trung và hạ. Bậc thượng là sinh con trai nối dòng, bậc trung là nuôi dưỡng cha mẹ, bậc hạ là con cái không làm nhục cha mẹ. Vấn đề đặt ngược lại - cha mẹ không làm nhục con cái - không tìm thấy ở Trung Quốc. Vấn đề ngược lại chỉ tìm thấy ở Việt Nam với nét văn hóa độc đáo trong bài hát ru con cò.

BƯỚC NHẢY THỜI GIAN

(gửi Nguyên Minh)

1.

Mới có mùng mười tháng chạp, chưa gì con tôi đã kêu: "Tết rồi tía ơi!"

Ngày hai mươi ba lo sửa soạn cúng ông Táo, vừa nghĩ ngợi việc tiền nong, không biết mình có được bao nhiêu nhuận bút để lo sắm sửa gia đình, lo mối quan hệ bên ngoại, bên nội, bên vợ... những điều cần phải có mỗi năm một lần vào dịp xuân cho vui vẻ. Ngặt nổi giá cả thị trường cứ như con ngựa chạy. Mấy ông thầy tu coi vậy mà sướng, không phải lo đám cưới, đám hỏi hay những việc hiếu hỉ gì hết ráo. Các ông lo việc khác để trả nợ cho đời.

Cõi nhân gian, cái gì cũng có hai, riêng cái miệng chỉ một, nhỏ xíu nhưng lại đẻ ra lắm điều, từ đó còn sinh ra đủ thứ vui buồn.

Thằng con đã tám tuổi, lớn trộng cải mà sao còn thơ ngây quá, có xôi chè thôi thì ăn đi, còn vừa ăn vừa nhìn quanh ngẫm nghĩ: "Tết vui quá hả tía!" "Có mày vui chứ ai! Mà Tết hồi nào, còn bảy tám ngày nữa lận." Tôi bực mình gắt với thằng con để rồi quên đi là mình đã vô lý trước con trẻ ngây thơ.

Cũng như tôi đã quên biết bao chuyện khác! Trong những đêm cuối năm êm đềm như vậy, gió chuyển mùa rì rào, cây mai trước sân nhà không ngủ đang rung theo gió nhẹ, chuyển mình nở ra một nụ, hai nụ rồi ba, bốn nụ... Vì quên, nên buổi sáng mở cửa ra cảm thấy bất ngờ khi nhìn những đóa hoa vàng như đến đúng hẹn.

Nay đã lo xong mọi thứ vừa đủ, ăn Tết xong việc gì nữa tính sau. Bụng dạ trống trải nên có chỗ để nhìn hoa bâng khuâng ngẫm nghĩ, và trí não sau khi dứt điều vụn vặt mới sáng ra đôi chút. Hỏi mình hay là hỏi ai, chẳng biết chính xác xuân len lén tìm đến lúc nào? Có phải lúc mình đang lo lắng bận rộn đó lại là mùa xuân? Hay đợi đến lúc hoa nở rộ, ngày mùng một tháng giêng mới gọi là bắt đầu vào xuân? Mùa xuân đến mang ý nghĩa gì, sao nhà thơ Xuân Diệu kêu lên: "*Xuân đã tới nghĩa là xuân đã qua*!"

Đến và đi là cặp hành trình sóng đôi không tách rời nhau, nên một nhà thơ khác đã viết: "*Ôi đẹp quá mùa xuân trong mùa hạ!*" Ông này viết lạ quá, có phải là một vị thiền sư không?

Như vậy, phải chăng tâm xuân nằm trong tất cả, trong đất, trong gió, trong bốn mùa... Sao tôi đã không nhận ra, trong khi đứa nhỏ lại nhận ra? Điều này như xác định: - Ai là người vui nhất mùa xuân? Có thể chính là nó! Tuổi thơ ngây không như người lớn, vừa nặng nề với quá khứ, vừa lo lắng cho tương lai, mà vẫn chưa biết bao giờ xong việc!

Mùa xuân chỉ tiếp nhận những ai biết vui, bằng lòng với hiện tại. Còn ta hay bao nhiêu người khác nữa, cứ đợi đến khi hoa nở mới thẩn thờ tìm tới ngắm nghía rồi ngơ ngác. Để rồi từ cội hoa như phát ra tiếng chê trách: "Thưa, anh đã già!"

2.

Đó là lời phát ra từ hoa hay đó là tiếng thì thầm của ai? Kiếp người rồi chỉ hữu hạn so với thời gian như một dòng chảy không biết bắt đầu từ đâu và kết thúc ở đâu. Rồi thời gian hòa nhập với không gian để trở nên vô hạn. Tự nhiên đâm ra thương lấy chính mình và thương cho bao người khác. Tỉ như thương cho Văn Cao trong những năm cuối đời đã làm bài thơ:

Thời gian qua kẻ tay
Làm úa những chiếc lá
Kỷ niệm rơi như tiếng sỏi...

Thế đấy! Rơi mất tăm. Thời gian khép lại màu trắng lạnh lùng với ta rồi tiếp tục mở ra với người khác. Thời gian có màu ư? Điều này mới hoang đường làm sao! Màu sắc vốn tùy theo con mắt người nhìn, như có lúc người nhìn nó là màu vàng, lúc lại thấy nó là màu hồng... Như Đoàn Phú Tứ trong bài thơ "*Màu thời gian*", cùng một lúc lại thấy "*màu thời gian xanh xanh*" rồi "*màu thời gian tím ngắt*".

Thật ra, tôi nghĩ có lẽ bản chất thời gian phải là màu trắng, vì màu trắng là tổng hợp của các màu sắc, như trong thí nghiệm Newton để cả 7 màu lên một chiếc dĩa quay nhanh, hóa ra nhìn thấy màu trắng.

Con số 7 chẳng biết có trùng hợp gì chăng khi đức Phật nói tâm người chứa đựng những điều "*lục dục, thất tình*". Những *tham, sân, si, luận nghị, kiến, thủ* dẫn tới những điều *hỉ, nộ, ái, ố*... Để rồi với thời gian, mái tóc ai cũng trở nên bạc phơ... Thì ra đó chính là màu thời gian. Thời gian như "*bóng câu qua cửa sổ*", ngày xưa Tô Đông Pha cũng đã thấy:

Xuân sắc tam phần
Nhị phần trần thổ
Nhất phần lưu thủy
Tế khán lai...

Dựa theo đó, ta thử nhìn lại thời gian một đời người. Thường người ta vẫn nói "*thất thập cổ lai hy*"- người sống được đến tuổi 70 xưa nay hiếm lắm. Nhưng ta hãy cứ lạc quan nâng con số này lên đến 80 năm cho một đời người, rồi thử suy ngẫm xem qua 80 năm ấy người ta còn được những gì cho riêng mình.

Trong 80 năm ấy, ta phải bỏ ra bao nhiêu năm dành cho những việc như làm lụng, ăn ngủ, chơi đùa, chuyện trò, vệ sinh, yêu đương... Chỉ riêng chuyện ngủ thôi, mỗi ngày mất khoảng 8 tiếng là đã đi đứt 27 năm rồi, đời ta chỉ còn lại 53 năm!

Để cho dễ hình dung, hãy tính toán chi ly thêm một chút. Một ngày sau khi ngủ còn lại được 16 giờ, dành 6 giờ để làm lụng kiếm miếng ăn, 2 giờ nấu nướng, 1 giờ tắm rửa vệ sinh, rồi còn biết bao nhiêu là việc như chuyện trò, trang điểm, uống cà phê... Sau khi trừ ra đủ các khoản như vậy, mỗi ngày ta chỉ còn được chừng 2 tiếng dành cho riêng ta đã là nhiều lắm rồi! Cuối cùng, trong 53 năm của thời gian không ngủ, ta thử tính xem còn được bao nhiêu năm có thể ngồi một mình trầm ngâm để tìm hiểu xem mình là ai, hay cứ mãi chạy đuổi theo ảo ảnh, rồi cuối cùng cái chân thật, cái tâm kia nó là cái gì.

Đó là chưa kể khoảng thời gian dành cho yêu đương. Chuyện này thì các nhà khoa học đã tính rất kỹ giùm ta, từ lúc trưởng thành đến già chết, con người trung bình phải bỏ ra khoảng thời gian dành cho việc ì ạch yêu đương là chừng 4 năm! Kể ra cũng thích thú, nhưng cũng phải thấy là nó chiếm quá nhiều thời gian... vô ích, trong khi cuộc đời thì quá ngắn, lại sinh ra nhiều hệ lụy mệt mỏi... Đó cũng là lý do những nhà chủ trương tiết dục dạy rằng phải biết hạn chế để cuộc đời được dài hơn và dành thời gian đó cho tâm hồn, trí tuệ - nơi chứa đựng những niềm vui không dứt cần cho ta hơn.

3.

Nói dông nói dài cốt để hiểu sâu vì sao đức Phật dạy rằng chuyện trọng đại nhất của con người là chuyện sống chết - sinh tử sự đại. Điều đó ngầm mang ý nghĩa thời gian cuộc đời này dành cho ta rất ít - *vô thường*, mà nếu sống không hiểu mình là ai, tất nhiên chết cũng chẳng được nhẹ nhàng gì. Ngài cũng đã chỉ ra con ma *hôn trầm* - tức con ma ngủ, luôn rình rập lấy đi thời gian của ta. Khi ta mê ngủ, ngủ nhiều, có ngờ đâu nó đã làm cho cuộc đời ta ngắn đi, và tâm sẽ rơi vào chỗ mờ tối, ngu si.

Vì thế, hãy tỉnh thức! Thời gian trôi một dòng, trôi đi không trở lại. Quà tặng của thời gian là dành cho những ai biết "quên đi" nó, có nghĩa là quên đi chiều dài để vươn tới chiều cao - vì thời gian cũng chính là không gian cao rộng.

Một ngày có 24 tiếng, ta bối rối thấy ngày trôi qua rất nhanh, không nhớ là ta đã mất quá nhiều thời gian với những việc thừa thải vô ích. Giả sử ta bớt đi những điều thừa thải vô ích, thời gian có thừa ra chăng? Hoặc nếu như thời gian có bước nhảy rút ngày ngắn xuống chỉ còn 22 tiếng, việc gì sẽ xảy ra? Ta không đủ thời gian chăng?

Không, ví như có một ngày ngắn ngủi như vậy, cuộc sống vẫn đầy đủ nếu ta làm chủ được thời gian và sống trọn vẹn cùng nó theo hiện tại, từng giây phút trôi qua, và khi đó thời gian thật sự chẳng thừa mà cũng chẳng thiếu. Thực tế là có những người tuổi tác đã cao nhưng tâm hồn vẫn luôn trẻ trung. Hẳn đây cũng là một bí mật rất lớn của thời gian.

TẾT SỚM

1.

Mùa Xuân đồng nghĩa với mùa hoa, có từ khi thiên địa mới mở. Nó có thật mà cũng như mơ, trong trẻo thanh cao, vô tư bên cạnh cõi Ta-bà phiền não đầy những giá trị giả. Có lẽ vì thế nên một vị thiền sư đã viết "*Mướt mướt hoa vàng phơi bày bát-nhã; xanh xanh cành trúc hiển lộ chân như*". Trong lặng lẽ hoa nở rồi tàn, không nói với ai điều gì, vậy mà trong cõi lặng yên kia lại như thì thầm cùng ta, nên người tìm thấy ở hoa rất nhiều ngôn ngữ.

Có người từ phố nhớ quê quay quắt, trở về chỉ để ngắm sen trong hồ, cúc trong vườn nhà mùa thu... nghe lòng thanh thản bình yên trở lại rồi tiếp tục ra đi. Ngay đến như bông bụt nở dọc trước cửa rào, hoa mướp vàng bò trên giàn nhà hàng xóm... như cũng có tác dụng thanh lọc tâm hồn.

Từ đâu mà ra, xung quanh cỏ hoa hóa ra là những món quà dành tặng cho người. Dù là người biết vật chỉ nằm trong vòng hóa sinh, nhưng lắm trường hợp cũng bất ngờ. Cả vùng đất cháy bỏng chỉ nhờ vào sương mù đêm xuống để rồi "sa mạc phát tiết" nở hoa! Nhưng nơi ấy xa xôi chỉ thấy qua màn hình, chưa tận mắt nhìn thấy. Chỉ thấy các trường hợp gần bên mình hơn. Tỉ như mùa hè nắng xối xả, vùng Bảy Núi các con suối, giếng nước đều khô cạn, xung quanh cây cối rụng lá như mưa, còn trơ lại cành khô khẳng khiu, chỉ riêng giống phượng vĩ lại trổ hoa đỏ rực, còn giống mãng cầu ta lại đợi lúc khó khăn này mới ra lộc non, đơm bông, kết trái...

Bốn tháng nước nổi lênh đênh, quê đất An Giang vườn tược ủ rủ xác xơ, cây cối thi nhau chết. Vậy mà xoài, mận đơm bông, điên điển trổ bông tròn vung giống mâm xôi màu vàng!

Trước hết hãy nhìn vào lòng mình. Mãi theo đuổi tìm kiếm nơi khác, lắm khi thấy hoa nở như trêu cợt. Nhìn vào lòng mình thì nhận ra sự trêu cợt kia hóa ra chính là sự sống, sức mạnh tự nhiên kết trái đơm hoa, dù trong nghịch cảnh.

Nguyễn Du gặp hoạn nạn lui về vườn cũ đìu hiu, nhiều lúc không tìm ra được gì bỏ vô nồi nấu nướng. Nhưng trong một bài thơ chữ Hán làm vào giai đoạn này, đặc biệt tôi nhớ và chú ý hai câu:

"Lạnh tanh bếp lửa chiều qua,
Hoa vàng trước ngõ ngắm mà thấy ngon."

Hai câu thơ cho thấy ông là người chuyển được cái buồn nghịch cảnh sang cái vui đồng trần, đồng hành một cách tài tình. Ông không phải là người xuất gia nhưng hai câu thơ này dường như có mang dáng dấp của sự chứng ngộ. Sự chứng ngộ bất chấp thời gian và không gian. Chính vì vậy mà khi tìm trong sách vở xưa, thỉnh thoảng ta bắt gặp những câu mới mẻ đến làm ngạc nhiên người đời nay.

2.

Mênh mông vô hạn, vậy mà tất cả như có hạn kỳ. Hoa đúng hẹn lại lên. Hoa nở cho người mà ngỡ như hoa thêm lần nữa trêu ghẹo. Tỉ như hai cây mai trước sân nhà tôi, bất ngờ có một cây trổ sớm, trước Tết nụ ra chi chít. Cuối năm mưa bão đi qua, nửa đêm còn vương vấn những giọt mưa cuối mùa tí tách, trời se se lạnh. Cây mai theo ngọn gió đầu mùa ra nụ âm thầm trong đêm, nhưng còn hai tháng nữa mới Tết.

Buổi sáng, tôi đứng trước cây mai ngắm nhìn, hoa đi trước về sau như muốn nói với đời điều gì đây nên trổ sớm chẳng chờ gió xuân.

Hoa nở vì ai? Một ý nghĩ vui vui, hay là thử ăn Tết sớm xem có cảm giác gì không? Thế là, mặc cho người nhà ngăn cản, tôi bứt hết lá mai để cho những bông hoa bừng nở.

Tôi không thể tả được cái niềm vui hồi hộp, xao xuyến đợi hoa đến. Tôi muốn chia sẻ niềm vui ấy, nhưng hầu như... ít ai chú ý đến cội hoa vàng mơ giữa ngày mùa đông gió bấc hanh heo...

Cũng có một hai người đi qua dừng lại ngắm nhìn giây lát, tôi đợi một tiếng trầm trồ, nhưng rồi chẳng có tiếng khen nào. Người dừng lại rồi quay đi, dường như nó không phải là hoa xuân dành cho Tết sắp đến.

Tôi chặt một cành mai đem cặm vào lục bình, không khí vẫn không thấy thay đổi, tết vẫn còn xa. Trở ra chợ mua trà, mua bánh, mua nhang chuẩn bị đúng nghi lễ đón xuân. Nhưng khi châm bình trà thơm, đốt nhang và mở băng nhạc xuân ra nghe... cũng vẫn là cảm giác đợi chờ, không ra Tết. Tức mình, rủ thêm người bạn thân đến nhà. Anh đến mang theo chai rượu, chúng tôi ngồi lai rai bên hoa... Nhưng hai chúng tôi đều cảm thấy đó chỉ là cuộc vui bình thường, vẫn nghe thiếu vắng một cái gì đó. Quả thật chẳng đủ mức độ, chẳng đủ tâm tình để vươn tới cái phút nhiệm mầu mỗi năm chỉ đến một lần.

Hai người chúng tôi ngồi ngơ ngẩn bên hoa rồi mới thấy cái thiếu của hai đứa, chỉ vì thuộc về số ít, không làm nên sự cộng hưởng của ngày Tết. Sự cộng hưởng chính là ý nghĩa thiêng liêng của ngày xuân. Để rồi những người may mắn hay những ai còn lận đận, trước mùa xuân đều nghe lòng rạo rực xao xuyến. Cành mai trổ sớm dù đẹp cũng không làm nổi điều này!

LẶNG LẼ NHỮNG MÙA XUÂN

Tháng cuối năm gặp đám cưới nhiều, người ta gọi đó là tháng trả nợ đời. Cũng vậy, Tết đến người thu nhập thấp thấy hơi bị khó trong các mối quan hệ giao tiếp. Mua gì tặng cho bà con bên nội, bên ngoại, cho bạn bè dịp đầu xuân và sắm sửa gì cho gia đình giữa lúc giá cả món gì đang tăng lên vùn vụt...

Tiền mừng tuổi lì xì cho trẻ con tuy không lệ thuộc thị trường nhưng cũng phải tăng theo, cho bao nhiêu là vừa... Đương nhiên, trẻ không đòi hỏi, ngặt nổi khi người khác cho chúng bạc trăm bạc triệu (vì vai vế của cha mẹ chúng) mà ta chỉ có đôi ba chục không khỏi đâm ra ngượng ngùng. Hơn nữa, trẻ con bây giờ rất tinh ranh. Chúng biết đây là mùa "thu nhập" của mình. Qua ánh mắt của trẻ nhìn ta, ta sẽ bối rối vì các ý nghĩa tinh thần của mùa xuân theo thời gian như đã dần nghiêng nặng về phía vật chất.

Tết đến nói chuyện giàu nghèo không vui. Chẳng lẽ nghèo không có mùa xuân? Lòng sẽ nhẹ nhàng hơn khi ta thấy tất cả đều tồn tại, đều góp phần bằng cách riêng nào đó vào sự tồn tại của xã hội. Với thời buổi khó khăn, có thể gọi đó là nghệ thuật sống. Chẳng phải bỗng dưng mà tôi thương rồi tôi nhớ. Thời buổi "*a còng chấm com*" lúc nào cũng nhanh lên, nhanh nữa lên... lại còn có những người sống chậm như là lặng lẽ giữa đời.

Trước hết tôi nhớ anh An. Mỗi lần đến nhà anh mượn sách tôi đều cảm thấy ngượng, vì bao nhiêu tiền tôi bỏ cả vô lỗ miệng, nên đọc sách không mua mà lại đi mượn. Trong khi đó, anh An mang tiếng là người hà tiện, bạn bè thỉnh thoảng tổ chức nhậu nhẹt anh không tham gia và cũng chẳng thấy mời mọc ai. Thì ra anh nhịn chỗ này để tiền cho nhu cầu khác. Mỗi tháng lãnh lương anh mua một vài cuốn sách, toàn sách hay. Cứ vậy mà anh có cả một gia tài, một thư viện nhỏ.

Rõ ràng đời sống tồn tại nhiều dạng nghịch lý. Nhớ anh An, quanh năm không chơi với ai nên mỗi năm luôn chọn ngày 28 Tết mời bạn bè đến nhà. Đây cũng là sự tính toán, vì mời trễ ngày 29 Tết ai cũng bận rộn việc gia đình, chuẩn bị cúng kiến rước ông bà, chắc chắn kẻ đến người không. Bọn tôi coi buổi họp mặt cuối năm là ngày anh An "mở hầu bao", như đã thành lệ, chẳng những được đãi ăn rồi còn được anh lì xì, nên ai nấy kéo tới đủ mặt.

Tôi không biết còn có ai mừng tuổi, lì xì theo cách hái lộc đầu năm như anh An. Giữa nhà anh để một chậu mai nở đẹp, thay vì treo thiệp chúc Tết, anh treo lủng lẳng mấy chục phong bì đỏ tươi. Theo lời anh, có phong bì đặc biệt anh để mấy trăm ngàn, chắc là chỉ nói cho vui để cuộc chơi tăng thêm phần hào hứng, vì thường chỉ thấy chừng năm chục ngàn trở xuống.

Giống như trò chơi xổ số hên xui, khách khứa lớn nhỏ gì đến nhà anh chúc Tết đều được rút thăm, tiếng cười giòn vang lên. Tuy nhiên, không phải cười vì thấy mình rút được tiền nhiều hơn kẻ khác, mà cười vì "câu bói" nằm trong phong bì. Thí dụ "*bạn là người cởi mở nên năm nay được người bên cạnh để ý*", "*thâm tâm bạn vẫn chưa hài lòng điều mình có, cần cố gắng hơn*"... Những câu "huề vốn" đại loại như thế, không bao giờ trật, nhưng ai cũng cho là nói trúng y chang, vậy là ngày đầu năm gặp hên. Tôi phải chịu, Tết nhứt lu bu nhiều thứ, anh lại trở thành ông thầy bói có công ngồi nghỉ mấy chục câu "không trật" viết ra rồi treo lên, vừa hóa giải chuyện tiền bạc khó xử, vừa khích lệ lòng người.

Trở lại với tục lệ mừng tuổi, lì xì đầu năm. Đây là một phong tục hay, trẻ con được dịp học cách ăn nói, lựa những lời lẽ tốt đẹp chúc mừng người lớn. Và trẻ nghe người lớn chúc mừng lại, rồi được cho tiền lì xì. Dấu ấn về ngày Tết buổi đầu đời sẽ góp phần tạo ra nhân cách của chúng về sau này. Có sai lầm chăng trong việc này đều là do lỗi của người lớn. Từ nhu cầu trong sáng của trẻ, không ít người đã biến nó thành nhu cầu riêng của họ, xem đây như một dịp để lấy lòng cha mẹ của đứa trẻ. Như vậy, người lớn đã vô tình dạy cho trẻ cách nhìn mọi cái qua bề ngoài, qua tiền bạc.

Có phải ta đã từng trốn tránh nhiều cái đám cưới, cho đây là một thứ nợ đời, nay lại có thêm nhiều người Tết đến sợ "nạn lì xì". Tôi nhớ anh An, nhớ không khí mùa xuân ở nhà anh ấm áp, nhẹ nhàng làm sao. Và cũng suy nghĩ, học trò của anh ở xóm tôi cuối năm bao giờ cũng hẹn nhau đến nhà anh hái lộc đầu tiên. Rõ ràng, trẻ con đâu phải lúc nào cũng nghĩ đến tiền bạc?

Đường phố ồn ào, vô ngõ hẻm chừng hai bước chân, khung cảnh vụt đổi khác êm ả. Dễ chịu hơn khi trước cửa mỗi nhà đều có mảnh sân vườn mát rượi vài gốc xoài mận. Mùa xuân chứng tỏ sự hiện diện của mình qua những cây mai vàng, mai chiếu thủy thơm dìu dịu...

Nhưng chẳng phải vì vậy mà năm nào Tết đến tôi cũng ghé thăm vợ chồng chị Ngân để rồi bị níu chân. Nhớ chị Ngân, chị là nhân vật tôi từng đưa vô truyện ngắn. Hoàn cảnh lạ, ông nội chị mồ côi, ba chị chết sớm, mấy anh em mồ côi trong gió cuốn nương tựa vào nhau. Chị phải bỏ học nuôi em thành tài, sau cùng chị gặp anh cũng là người không có cha mẹ.

Ngày Tết, hạnh phúc của gia đình chị được biểu hiện qua các món ăn dân dã mang hương vị đồng quê. Mắm tép trộn đu đủ, khô sặc, khô lóc, nem bì, dưa hành, dưa kiệu, bánh bột đậu, bánh in, mứt mảng cầu, mứt gừng, chuối ngào đường... Đặc biệt là tất cả đều do ở nhà tự làm, không mua. Sống ở đô thị, thứ gì cũng phải mua. Hơn nữa, ai có thì giờ đâu mà làm?

Ở nhà chị Ngân, tôi có cảm giác khó diễn tả, chỉ có thể tả nó qua hình ảnh "thỏ với rùa chạy đua".

Ai cũng biết là thỏ chạy nhanh, nhưng "nhanh như thỏ" rồi Tết đến vẫn phải vội vã công việc, vội vã mua sắm, có nghĩa là chạy nước rút. Để rồi ngày đầu năm vẫn chưa hết mệt, đóng cửa nhà ngủ bù, thấm thía câu thơ Xuân Diệu "*Xuân đã tới nghĩa là xuân đã qua*".

Bận rộn suốt năm để dành cho một ngày Tết, mà nói như vậy là sao, lại không hiểu lắm, điều đó mang ý nghĩa gì... Trong khi đó, tôi biết vợ chồng chị Ngân cũng thuộc loại thiếu trước hụt sau, lo cho em út xong chạy qua lo cho hai đứa con. Vậy chị lấy thì giờ đâu mà tự tay làm các thức ăn Tết tươm tất thế? Tự tôi đã tìm thấy câu trả lời.

Hóa ra người nghèo đã đón tín hiệu mùa xuân trước hơn ai cả. Họ chuẩn bị đâu từ tháng 10, tháng 11 là tháng nước rút, tôm cá ra sông nhiều vô kể, giá cả lại rẻ, hai người mua về làm mắm, xẻ khô. Và từ đó đến Tết, đi chợ gặp thứ nào rẻ thì mua, làm dần từng món. Bánh mứt cũng vậy, khi rãnh rỗi chị nhào bột để đó rồi làm việc khác, chờ anh đi làm về hai vợ chồng ngồi nướng bánh như giải trí.

Làm mà cũng như không làm, gia đình đón xuân nhẹ nhàng và hạnh phúc, như có hơi ấm lan tỏa từ người ra xung quanh. Qua đó tôi thấy, mùa xuân đâu dành cho riêng ai? Mùa xuân lặng lẽ mang niềm vui chẳng phân biệt giàu, nghèo và hướng về tương lai.

NHỚ HOA SEN

1.

Đức Phật đứng trước hội chúng Linh Sơn tay cầm một cành hoa đưa lên không nói. Tất cả hội chúng im lặng, người này nhìn người kia, duy chỉ có Đại đức *Ma-ha Ca-diếp* mắt sáng lên và mỉm cười. Trong kinh không nói đó là hoa gì, nhưng suy từ chuyện Phật mỗi lần thuyết pháp xung quanh hiện ra muôn ức hoa sen, chắc chắn cành hoa của Phật là hoa sen, không thể là hoa nào khác.

Sự tích "*Niêm hoa vi tiếu*" từ lâu đã là như vậy. Bỗng dưng một người bạn tôi đặt ra vấn đề, giả dụ khi ấy đức Phật đưa lên hoa huệ, hoặc hoa hồng, có phải đại đức *Ma-ha Ca-diếp* cũng sẽ mỉm cười? Tóm lại, người đã chứng ngộ thì dù là hoa gì cũng thấy đó là bát-nhã, chân như. Có chắc như vậy không? Anh chờ tôi tranh cãi, nhưng tôi lại làm thinh. Bởi chân lý thuộc người xưa lặp lại, không do cả hai tự khám phá, cãi nhau không khéo rồi tôi cũng như anh sẽ rơi vào chỗ tự biện, cố gò sự vật cho vừa gót chân.

Sau đó ít lâu, hai đứa đi chơi giữa đường Bảy Núi về Hà Tiên. Giữa đồng không mông quạnh tình cờ gặp một đầm sen lá chen hoa rộ nở. Hai đứa dừng xe lại ngắm hoa, nhớ chuyện cũ tôi hỏi: "Thí dụ như đầm sen này là vườn hoa hồng hoặc thứ hoa nào khác, điều đó có gì khác nhau?" Bạn tôi gật đầu im lặng, sau ít phút mới nhẹ nhàng trả lời: "Hoa hồng tuy là biểu tượng của tình yêu, nhưng nó chỉ dừng lại ở chỗ làm đẹp mắt người. Riêng hoa sen mang lại cho người cảm giác nhẹ nhàng, tâm hồn thanh thản."

Tôi cười thầm, anh muốn nói gì thì nói, chắc là đã quên việc cũ. Tuy nhiên, lần này anh thật lòng - rõ ràng thiên nhiên với bao phẩm chất tốt đẹp vốn có, như một ưu ái đặc biệt dành hết cho hoa sen. Tất cả nằm trong hoa sen. Từ dưới bùn nhô lên sen vẫn sạch sẽ, lá trơn tuột không dính nước dơ. Lá hoa màu sắc hài hòa, hương thơm dìu dịu mà không quyến rũ ong bướm. Nhân quả đồng hiện, hoa sen vừa trổ ra đã có gương, có hột. Hột sen phơi khô để dành hàng chục năm sau vẫn không bị mối mọt (tượng trưng cho hạt giống bồ-đề, tâm bất thối chuyển). Và điều kỳ diệu của hoa sen là cải tạo môi trường, làm cho xung quanh trở nên thanh tịnh, vui lên. Các giống hoa khác thì chỉ trong phạm vi nó đứng thôi, xung quanh ít có ảnh hưởng.

Hóa ra hình ảnh hoa sen từ lâu đã ăn sâu vô tâm thức mọi người, gặp dịp mới hiện ra, như trường hợp bạn tôi.

Từ xưa hoa sen đã đi vào thơ ca. Một thiền sư Nhật Bản đứng bên ga xép nhìn cảnh tiễn đưa, cạnh đó có ao sen, ngẫu hứng: "*Cánh sen chiều, nở bên ga xép, chia niềm quạnh hiu.*" Nhà thơ thiền sư chỉ thấy sao viết vậy mà câu thơ hàm chứa cả cảnh, cả tình.

Với một loài hoa khác chắc không đủ sức bay xa đi vào lòng người. Là người Việt Nam, hẳn ai cũng thuộc bài ca dao "*Trong đầm gì đẹp bằng sen*". Gần đây có nhiều lời đề nghị chọn hoa sen làm quốc hoa, nhưng lúng túng vì Ấn Độ đã xí phần lấy hoa sen làm quốc hoa từ lâu.

Hoa sen còn là hoa gợi nhớ hình ảnh đức Phật, sự hoàn thiện phi thường của Phật biến cuộc đời buồn ra vui, mà còn là cái vui không dứt - *lạc vô dư.* Hoa sen từ dưới đáy hồ tăm tối, lạnh lẽo, nhô lên nhìn trời xanh cao rộng, trổ đóa hoa an nhiên tự tại. À quên, còn một điều nữa, khi sen rũ xuống khô héo nó vẫn không hư thối, môi trường xung quanh vẫn sạch sẽ.

2.

Hoa sen ở đâu cũng có, nhưng nhiều nhất, đẹp nhất là sen ở miền Tây, nhất là các tỉnh An Giang, Đồng Tháp... Đẹp nhất là hồi còn làm lúa mùa, đồng ruộng mênh mông, đất còn nhiều đìa, bàu, vũng, lung... hoa sen, hoa súng mọc bát ngát đất trời. Là vùng mỗi năm có mùa nước nổi lênh đênh, rồi mùa khô đất nẻ chân trâu, nên những đầm sen là món quà thiên nhiên như để bù đắp lại cho đồng ruộng. Lá, hoa, củ, rễ (ngó) của sen, món nào cũng xài được, nhất là thuở chưa có bọc ni lon, lá sen được dân nghèo cắt mang ra chợ bán cho người ta gói hàng, tạm đủ mua gạo.

Nơi nào có sen, nơi đó nước được lắng trong, nước chua hóa ngọt, quy tụ các loại thủy tộc, chim chóc. Thuở nhỏ, những buổi trưa hè tôi với lũ trẻ trong xóm hay bơi xuồng ra đầm tắm mát, bẻ gương sen ăn. Rồi cả bọn nằm ngửa mặt nhìn trời mây bay, lắng tai nghe tiếng chim kêu, con cá đớp móng, xung quanh lá hoa tỏa hương thơm dìu dịu.

Nhưng đẹp nhất là hồ sen của ngôi chùa trong làng, rộng hàng mẫu, đủ các loại sen trắng, sen hồng... Vào những ngày rằm, bọn trẻ chúng tôi theo người lớn đi chùa lễ Phật rồi được nhà chùa đãi cơm chay có những món làm từ sen. Các sư cô trong chùa rất khéo tay, còn ướp trà sen chia lại cho những ai thích uống trà. (Ở miền quê, mua bán số lượng ít hoặc của chùa làm ra không nói là bán mà nói là chia lại.)

Vườn địa đàng ở đâu không biết, chứ tuổi thơ ở quê thì cánh đồng với những đầm sen trải dài trong nắng chiều chính là chốn địa đàng. Và ngôi chùa với cảnh hồ sen lá chen hoa chính là cõi tịnh độ của bao người, đâu có xa. Để rồi, trong khung cảnh êm đềm, thanh bình, người dân quê như tỉnh ngộ ra mọi việc trên đời, quay về với chân tâm.

Nhân đây cũng xin nói thêm. Đạo Phật khác mọi tôn giáo

ở chỗ tự giác, ông tu ông đắc, bà tu bà đắc, không mời gọi, không ràng buộc mọi hình thức nghi lễ. Điều này thật là hay, nhưng có khi cũng lại là điểm yếu của đạo Phật. Ngày rằm, người kéo nhau đi chùa lũ lượt, nhưng ngày thường người theo đạo Phật sinh hoạt như thế nào lại không có qui định, hướng dẫn rõ ràng cụ thể. Do đó mà rất khó tạo thành sức mạnh liên kết trong những hoạt động tôn giáo mang tính xã hội, vì chủ yếu là mạnh ai nấy nghĩ, nấy làm.

Thế nhưng, đạo Phật vẫn truyền từ đời này sang đời kia, tự nhiên hòa hợp với tập quán phong tục của mỗi nơi. Đạo Phật diệu diệu thâm thâm, nhẹ nhàng, âm thầm mà len vào tận sâu thẳm tâm hồn của từng người dân quê. Tỉ như ở quê tôi, mỗi sáng khi tiếng chuông chùa ngân lên báo hiệu ngày mới bắt đầu, người người theo tiếng chuông lục đục thức giấc. Việc làm trước hết là nấu nước pha trà cúng Phật, sau đó ngồi lại bên nhau uống bình trà sớm, chuyện trò bàn công việc đồng áng trong ngày. Nếu như coi đó là sinh hoạt của những người lớn tuổi, thì mỗi tối, dù lớn hay nhỏ gì cũng phải lạy Phật - một thói quen mà giống như giới luật, không thể thiếu của một ngày trong đời.

Có thể nói, ở quê không có nhiều kinh sách, mà dù có thì dân quê cũng không thể hiểu hết bao điều cao siêu, vì trình độ văn hóa không bao nhiêu. Tuy nhiên, mỗi khi ăn cơm chắp hai tay xá xá trước khi ăn, mỗi tối đứng trước bàn Phật niệm ba câu Nam-mô A-di-đà Phật, thì ngọn lửa tâm linh như chỉ cần bấy nhiêu mà luôn được thắp sáng, được ủ nóng. Người thực hành như vậy nên được định tâm, định tánh, qua đó sắp xếp đời sống, đối đãi xung quanh nhẹ nhàng, an hòa hơn. Cho nên, người dân quê tôi sống thanh thản, không nặng nề tham vọng.

Ở quê tất nhiên là nghèo hơn chốn thị thành. Sau này lớn lên tôi mới hiểu thế nào là giàu, thế nào là nghèo. Tuy nhiên tôi và bạn bè xa quê đi mỗi người một nơi, mới biết vì sao đứa nào cũng nhớ về làng quê nghèo với tình cảm sâu nặng. Gặp nhau, mỗi đứa nhắc lại một chuyện, ký ức nhớ nhớ quên quên, mà lạ sao, đứa nào cũng nhớ đến hình ảnh đầm sen quê nhà và tiếng chuông chùa mỗi sáng, mỗi chiều ngân nga. Thế mới biết nó đã hóa thành một phần trong tâm hồn.

3.

Nhớ hoa sen! Đoá hoa không muốn làm đẹp mà vẫn đẹp thanh khiết; không muốn tỏa hương, hương như ngủ mà vẫn dịu dàng đánh thức giác quan người.

Tôi còn nhớ mùa hè năm đó, bãi trường không biết làm gì, mỗi sáng cùng bạn bè kéo nhau ra đồng. Chơi một lát thấy chán, một đứa bày trò ngồi bên đầm sen lựa những búp sen sắp nở rồi rình xem nó nở. Tôi không nhớ rõ là đứa nào khơi ra chuyện này trước, nhưng cái việc cả bọn ngồi rình hoa sen nở thật ra là bắt chước người lớn.

Thỉnh thoảng, người lớn trong xóm thức khuya uống trà chờ xem hoa quỳnh nở. Đám trẻ con không thể thức theo để nhìn đóa hoa quỳnh giữa khuya trời không gió mà run lên rồi từ từ nở xoè ra, những giây phút thật thú vị. Thay vào đó, chúng nghĩ ra chuyện ngồi trông chừng hoa sen nở, nhưng có đứa nào nhìn thấy sen nở thật đâu!

Cánh hoa sen theo gió nhè nhẹ lay động, chờ lâu quá thỉnh thoảng bọn trẻ lại quay mặt nhìn nơi khác. Vì sự nôn nóng không tập trung, cứ quay đi quay lại nhiều lần, bất chợt nhận ra cánh hoa đã bung rộng khoe những nhụy vàng từ lúc nào!

Sau này khi tìm hiểu đạo Phật, thấy đức Phật dạy về "Đệ *nhất nghĩa* đế", tức là sự nhận thức tiếp cận thế giới thực tại đúng thực như nó đang hiện hữu, chân thực nhất như. Muốn nhận thức như vậy, người ta phải thanh lọc, gạt bỏ hết mọi ảo tưởng, định kiến, mới có được những giây phút tĩnh lặng sáng suốt, từ đó nhìn rõ các pháp đúng như thực tướng. Tôi bỗng nhớ lại kỷ niệm cũ thời thơ ấu, qua việc ngắm hoa sen nở mà như trực nhận được ý nghĩa lời Phật dạy.

Nhưng hiểu là một chuyện, còn để được thong dong bước đi giữa cuộc đời bận rộn đa đoan này lại là một chuyện khác, vì sự vươn tới chân lý thực tại thật không dễ dàng... Nhất là thực tại ngày nay, khi ai nấy đều có thể nhìn thấy rõ rệt những bước tiến nhảy vọt về phương diện vật chất, nhưng về mặt tinh thần thì dường như mỗi người đang đánh mất dần đi ngay cả những gì đã có được từ trước đây.

Nhớ hoa sen! Từ chỗ mỗi năm trồng một mùa lúa sạ chuyển qua lúa thần nông mỗi năm ba vụ, đồng ruộng không còn lung, vũng, ao, đầm dành cho hoa sen. Văn hóa ẩm thực quảng bá đề cao tìm tòi đủ các món ăn, hầu như cái gì cũng ăn được, nên người ta có trồng sen thì cũng chỉ để lấy hột, lấy củ, ngó bán được nhiều tiền hơn bán hoa sen.

Nếu như trước đây ở chợ lúc nào cũng có bán hoa sen, nhất là những ngày rằm, mồng một, thì ngày nay hoa nào cũng có, lại thêm nhiều giống hoa mới du nhập từ nước ngoài, riêng hoa sen lại rất ít khi được thấy.

Kể cũng lạ, hoa sen là biểu tượng của đạo Phật. Hình ảnh thiền môn mái ngói đỏ rêu phong với hồ sen là hình ảnh truyền thống xa xưa, ăn sâu vào lòng người, là chỗ dựa cho người đang đứng trước nguy cơ tụt hậu về tinh thần. Giả sử nhà chùa không có đất thì cũng nên có một hai chậu hoa sen cho ra cảnh Phật. Thế nhưng, các ngôi chùa gần đây xây dựng qui mô lại như quên mất điều cốt yếu này, không chừa chỗ cho sen mọc. Hoặc chùa có hồ sen lại lấp đi, rồi thay vào đó một vườn cây kiểng đắt tiền. Chắc là quí thầy muốn khoe với mọi người cảnh Phật giàu sang, nhưng ngặt nỗi cái giàu của Phật không phải như vậy, nên người tìm đến cửa thiền lại có cảm giác như đang đến chơi vườn sinh thái!

Nhớ hoa sen! Từ nhiều năm nay, vào những ngày rằm tôi lang thang rảo quanh các khu chợ, thấy bán hoa đầy dẫy, đủ loại, nhất là hoa thọ, hoa cúc... vàng một góc trời. Chợ ngày nay buôn bán dập dìu hơn ngày xưa, nhưng lại không thấy bán hoa sen. Lòng tôi bâng khuâng mơ hồ điều gì đó. Mùi hương sen đã có trong tiềm thức như giục tôi chạy xe, chạy mãi ra ngoại ô cách nhà trên mười cây số để tìm sen. Cuối cùng tôi cũng gặp bên góc vườn nhà ai đó một hồ sen. Tôi xuống xe, bâng khuâng run run như gặp người bạn cũ, mừng đến ứa nước mắt.

Tôi không thể giải thích tại sao mình lại như vậy, hoa gì cúng Phật lại chẳng được, có phải mình quá bảo thủ chăng? Hay là hình ảnh miền quê, ngôi chùa thời thơ ấu nó có ảnh hưởng đến cả nửa cuộc đời về sau? Thực tại cũng giống như hoa sen, dịu dàng cánh hoa ôm lấy đài gương, hằng sinh cũng như hằng diệt.

Không có cách nào khác, tôi đành chấp nhận để lòng được thanh thản, để rồi vào mỗi ngày rằm tôi phải chịu khó chạy xe ra ngoại ô mua sen mang về nhà. Mỗi lần như vậy, ngắm hoa sen tôi cảm thấy an ủi tâm hồn.

Cho đến một ngày, quả là cuộc sống cũng như hoa sen luôn ẩn chứa nhiều điều kỳ diệu bất ngờ. Tôi đi dự trại sáng tác hai tuần lễ ở Bình Dương, tình cờ phát hiện thành phố Bình Dương có một con đường mà vào khoảng sáu giờ sáng người ta mang hoa sen đến bán rất nhiều. Nếu như hoa sen giờ đây ở chỗ tôi rất ít khi được nhìn ngắm, thì ở đây ngày nào cũng có những nhành hoa sen tím, trắng còn đọng sương đêm, thật tuyệt vời... Hai ngàn một bó cột sáu nhành hoa sen, ai đi trễ khoảng tám giờ thì không còn.

Quả thật là, đi tìm chỗ có lại không, ở chỗ không tìm lại có! Tôi bất ngờ ngạc nhiên nên mỗi sáng đều dậy sớm, ra đứng ngẩn ngơ bên góc chợ dõi theo những người mua sen, cố đoán xem họ là ai và mua sen để làm gì...

Bình Dương là vùng đất công nghiệp mới phát triển, tập trung người tứ xứ, khắp mọi miền đất nước. Tôi nghĩ, ở đâu có hoa sen, ở đó hẳn có bóng dáng Phật. Tuy nhiên, tôi cũng không cho rằng đức Phật lại bỏ chỗ này đi đến chỗ kia, theo chân người với sen về đây. Nhưng tôi có linh cảm hình như góc chợ bán hoa sen kia phải có mối liên quan nào đó với sự phát triển thịnh vượng của Bình Dương ngày nay, như trường hợp văn hóa Nhật và Đại Hàn với nền kinh tế của họ. Xin nhường lại quyền nhận xét cuối cùng cho các nhà nghiên cứu về mối liên hệ này. *Om mani padme hum!*

TÌNH THƯƠNG KHÔNG MÙA

I.

Thương yêu là một nhu cầu của con người. Để thấy rõ, hãy bắt đầu từ chuyện một đứa trẻ vừa lên thôi nôi, mủm mỉm dễ thương. Ai gặp cũng muốn nựng nịu, hôn vào gò má thằng nhỏ một vài cái. Được người thương, nhưng tại sao đứa bé có lúc chịu cho người này vuốt ve hôn hít, với kẻ khác lại đưa cánh tay nhỏ bé đẩy ra, né tránh. Rõ ràng, chúng ta có nhu cầu thương và thương đứa bé vì nhu cầu của chính ta, chẳng ai chú ý đến nhu cầu của đối tượng là gì. Nó chẳng phải là Phật hài đồng nên không thể chịu xiết những tình thương dồn dập đến với mình. Bây giờ người thương yêu vì cái mủm mỉm dễ thương của nó, sau này nó lớn lên, thử hỏi còn được mấy ai để ý đến nó nữa không?...

II.

Ai sinh ra cũng sẵn có lòng nhân ái, tình thương. Tuy ta hiểu vậy, nhưng rồi ta vẫn phải tập yêu thương thêm... Vì muốn yêu thương phải có tâm từ, mà tâm từ luôn gắn với đức nhẫn... Nếu không, nhiều khi từ chỗ thú vị sẽ dễ dàng chuyển qua bực mình vì những chuyện tưởng như nhỏ nhặt. Chẳng hạn, buổi sáng ra ngồi quán nhâm nhi ly cà phê, vừa đặt đít xuống ghế đã thấy hàng chục người bán vé số bu quanh. Một cái lắc đầu chưa đủ, phải lặp lại hai ba cái; gặp một chục người, tính ra buổi sáng phải lắc mãi tới hai, ba chục cái... mỏi cả cổ. Thế là bực cả mình!

Nhưng trong cuộc sống, con người thường vô tình như quên đi. Thật ra, trong một ngày những cái lắc đầu so với những lần gật đầu có là bao nhiêu! Ở nhà luôn gật đầu trước vợ con, ít khi phản đối. Vào cơ quan gặp thủ trưởng, đồng nghiệp, dù không bằng lòng lắm cũng luôn gật đầu... Tính ra cái đầu người ta cứ gục gặc mãi, có phải vẫn là nhiều hơn những cái lắc đầu?

III.

Buổi sáng ngồi quán, hết gặp đứa bán vé số, đến gặp những kẻ bần cùng ăn xin. Thời nào cũng có người đi ăn xin. Thế nhưng, ngày xưa xã hội vật chất không giàu có như ngày nay mà sao người đi xin lại có vẻ như ít hơn. Chẳng nói đâu xa, chừng năm chục năm trước thôi, chẳng thấy ai than phiền họ. Thường thì thiên hạ nhìn thấy họ là tự động xúc gạo hay đem ít tiền lẻ mang ra cổng cho. Hình ảnh của họ nhớ lại đôi khi vẫn còn nghe xúc động như là kỷ niệm.

Chắc là những người lớn tuổi ở miền Nam đều còn nhớ. Những ông già mù tay chống gậy dò đường, tay kia xách cây đàn bầu. Ông đến một gốc cây có bóng mát, ngồi xuống đánh lên tiếng đàn tính tính tình tang, rồi cất giọng nói thơ Lục Vân Tiên: "*Kim Liên ơi hỡi Kim Liên, đẩy xe cho chị qua miền Hà Khê.*"

Buổi trưa hè trời đứng gió nóng mê, tiếng đàn bầu, điệu nói thơ Vân Tiên như làn gió mát lùa qua. Thử đặt câu hỏi, chẳng lẽ xã hội vật chất dồi dào tiến bộ hơn trước, rồi số lượng người khốn khổ theo đó lại tăng lên? Và điều làm cho mọi người như không thể chịu đựng nổi là, người đi xin ngày nay dùng đến đủ mọi hình thức, mọi biện pháp để lôi cuốn sự chú ý của mọi người, kể cả chuyện nằm dài ra giữa chợ, bất kể dơ dáy tanh hôi, kêu gào thảm thiết...

Ngày trước đâu có cảnh người mẹ bồng đứa nhỏ mới sinh vài tháng đi giữa trời trưa nắng chang chang, đứa nhỏ ngủ thiêm thiếp trên tay (mà thật ra là bà mẹ kia đã cho nó uống thuốc ngủ!). Ngao ngán nhất là xã hội ngày nay bước vào hiện đại hóa, người mù đi xin cũng khác trước, cũng "lên đời", trang bị cho mình một cái loa có ampli gắn vô cây đàn. Đang ngồi ăn uống, người mù bỗng từ đâu xuất hiện đứng kè một bên, mở hết công suất tra tấn lỗ tai mình.

Những hình ảnh vừa nói đó, phải chăng đều từ tâm sinh? Xã hội ngày nay của cải nhiều hơn trước, nhưng một số người thay vì bụng dạ rộng rãi hơn lại trở nên chật hẹp, nghi ngờ mọi thứ, không biết là giả hay thiệt. Đành rằng nhìn từ góc độ sự kiện thì quả thật có những hành vi có thể xem là xấu xa, giả dối, nhưng cái giả đó là mặt trái của thật. Cứ thử đặt mình vào hoàn cảnh đi xin ăn như người ta mà xem, đâu có dễ! Cho nên, những gì mình nhìn thấy kia, phải chăng đều là những hình chiếu, phản ánh của tâm thức con người ra bên ngoài?

IV.

Tất cả tôn giáo đều dạy phải làm việc thiện, tu phước. Riêng đạo Phật còn chỉ dạy cặn kẽ, làm việc thiện không phải vì sợ bị đọa xuống địa ngục hoặc mong ngày sau được ân thưởng, mà lẽ nhân quả phải được nhận biết ngay trong kiếp này. Từ nguyên nhân này dẫn đến sự việc kia... cuối cùng đưa tới nghèo đói và sinh ra mọi thứ tội ác, loanh quanh mãi trong vòng tròn vô minh.

Vì thế, giúp đỡ người khác chẳng qua là giúp chính mình, giúp con cháu mình tránh được bao tệ nạn rình rập. Chẳng một ai có thể ngồi yên mong chờ sự tốt đẹp, xã hội luôn cần đến mỗi người góp sức làm những việc tối thiểu nhất có thể làm để góp phần giảm bớt nỗi đau xung quanh.

Con người rất cần hiểu ra điều này, nhưng hầu hết lại như chưa hiểu. Họ luôn than vãn, "*tôi chưa có đủ, tôi có quá ít...*" Vật chất càng phát triển, người ta càng thấy thiếu thốn, chưa đủ... Mà cuộc sống biết thế nào mới là đầy đủ? Điều này như một nghịch lý của đời sống hiện nay.

V.

Việc cho đi rất là khó, nên từ ngàn xưa đức Phật đã dạy pháp tu bố thí. Trong các loại bố thí, đứng đầu là vô úy thí, nghĩa là ban cho người khác sự an ổn, không sợ sệt. Muốn vậy, người cho không phải chỉ có nhiều của cải, vật chất là làm được, mà cần thiết phải có một tình thương chân thật, rộng mở. Vì chỉ khi được sống trong tình thương thì con người mới có thể xua tan mọi nỗi sợ hãi, ví như đứa bé được ôm ấp trong vòng tay mẹ. Ở đây, tình thương không đặt ra bất cứ điều kiện gì. Thời tiết có bốn mùa xuân, hạ, thu, đông, nhưng tình thương không có mùa, không có giới hạn phân biệt người nam, kẻ bắc. Tình thương chân thật không có sự so đo, phán xét, luôn chấp nhận và tha thứ. Người bố thí với tình thương chân thật sẽ không thấy có người thọ ơn và cũng không hề nhớ những gì mình đem đến cho người.

VI.

Việc cho đi đã là rất khó, lại không phải lúc nào mình cũng có sẵn để mà cho. Văn hóa Phật giáo ăn sâu vào người miệt vườn phương Nam, nên chuyện từ thiện tưởng chừng rất khó kia lại được người miệt vườn giải quyết theo những phương cách thật nhẹ nhàng.

Lúc rãnh rổi nông nhàn, người ta đi kiếm thuốc Nam về giúp cho các phòng hốt thuốc từ thiện, hoặc tu sửa đường sá, cầu lộ. Người ta cũng tập thành thói quen cất tiền lẻ vô một cái hộp nào đó, dành riêng cho việc giúp người nghèo khổ. Hoặc tập thói quen trước khi vo gạo nấu cơm bốc ra một hai nắm cho vào một cái hũ, để dành đợi khi giúp người cơ nhỡ. Bữa ăn gia đình bớt đi một hai nắm gạo vẫn no, nhưng nhờ đó trong nhà lúc nào cũng có sẵn gạo để giúp kẻ lỡ đường. Một thói quen rất là khoa học, dễ làm. Dân miệt vườn gọi đó là tích âm đức hay là tích vô vi, góp phần làm phong phú nền văn hóa Phật giáo, mặc dù nó chưa được ghi nhận vào các loại tự điển.

VII.

Tích âm đức nghe còn có thể hiểu, riêng với tích vô vi không khỏi có người thắc mắc. Vô vi hiện diện khắp nơi, bao la mênh mông, thể tính của nó là không, làm sao tích trữ được, làm sao biến không thành có? Lại còn những việc như bố thí vô úy hay tình thương không mùa lại càng khó hiểu với nhiều người.

Đức Phật với đôi mắt nhìn thấu suốt nhân gian đã lường trước mọi tâm niệm của chúng sinh. Vì thế, một mặt Ngài đưa ra những phân tích dạy dỗ cặn kẽ, giải thích vì sao con người phải có tình thương quan tâm đến kẻ khác; nhưng mặt khác, với những ai không đủ sức suy ngẫm sâu xa, Ngài cũng từ bi chỉ dạy một cách vô cùng đơn giản, dễ hiểu: "*Ai đến với người nghèo khó, chăm sóc người bệnh, đó là người ấy đang chăm sóc, đang đến với Như Lai.*"

ĐANG TẾT... NHỚ TẾT

Chắc là thời nay bận rộn hơn xưa, hay là cuộc sống đã lên bậc nên văn hóa cũng phải khác, tiện nghi hơn. Tôi thấy nhiều nhà xài nhang điện đỏ leo lét thay vì thắp nhang mỗi đêm. Có đám giỗ khỏi mắc công nấu nướng, chỉ cần nhấc ống điện thoại lên là có người phục vụ tuốt tuột. (Vì thế lắm lúc đi ăn đám giỗ hay đám thôi nôi mà tôi thấy như ăn đám cưới, các món lẩu thái, cá trứng hấp gừng thật lạ xa lạ truyền thống.)

Thậm chí có những công việc mà theo phong tục tập quán phải tự tay con cháu làm, mỗi năm có một lần, như giẫy cỏ mả, chùi lư hương... cũng thuê mướn dịch vụ cho gọn.

Người thích nghi cuộc sống nhanh, chưa biết rồi sắp tới nó còn dẫn người ta đến đâu. Nhưng hình như đó chỉ là bề ngoài, còn trong tâm hồn lại thấy như có bệnh. Đang ăn tết mà... bâng khuâng nhớ tết. Một cái tết đúng nghĩa thiêng liêng, ấm áp, để người ta được dịp sống trong thời gian hai chiều quá khứ, hiện tại tròn đầy ý nghĩa.

Vài chục năm trước, thời gian chưa xa lắm. An Giang nửa năm đất khô nẻ dấu chân trâu, nửa năm nước nổi lênh đênh. Nông nghiệp lạc hậu, mỗi năm một vụ lúa sạ, người An Giang rất nghèo. Nghèo thật, nhưng tôi còn nhớ rất rõ, Tết đến đầy đủ lễ nghĩa: ba mươi rước ông bà, mùng một mừng tuổi cha mẹ, mùng ba tết thầy cô giáo... Mọi việc đều rõ ràng, cụ thể (chắc là vùng có nhiều tôn giáo nên cũng có ảnh hưởng phần nào). Đặc biệt, mọi thứ dùng trong cúng kính đều do chính tự bàn tay người nhà làm lấy, như bánh tét, bánh ít, bánh phồng, bánh bột đậu, mứt gừng, mứt mảng cầu, chuối xào gừng... để cúng ông bà.

Kể sơ sơ các món chuẩn bị nghe đủ thấy mệt, nhưng thật ra người xưa ăn tết rất nhẹ nhàng, ung dung. Qua tháng mười một đã thấy má tôi bắt đầu ép chuối phơi khô, có nải nào ép nải nấy, không đợi nhiều. Rồi má xay bột hai ba ngày một lần, đem phơi khô là biết tết gần đến. Chuẩn bị mà như không chuẩn bị, cứ rảnh tay là làm. Sang tháng chạp, má và hai người chị tôi lai rai mỗi ngày một món dưa cải, dưa kiệu, chuối khô xào gừng, bánh mứt... Ngày hai ba tháng chạp đưa ông táo là xem như các gia đình đều đã hoàn tất việc chuẩn bị đón tết.

Chỉ còn chuyện cuối cùng là vào ngày 30 gói bánh tét. Nếu có đi chợ Tết để mua là mua những cái không tự làm được, như quần áo trẻ con, trà, nước ngọt... Còn lại tất cả đều do người nhà tự tay làm lấy để cúng ông bà, nên đêm giao thừa rất thiêng liêng và ấn tượng. Những ấn tượng buổi đầu đời như vậy, sau đó sẽ theo người ta suốt đời. Cứ mỗi lần tết đến là tự nhiên thấy day dứt nhớ, thèm được một lần sống lại trong cái không khí thiêng liêng mà êm đềm, ấm áp thuở xưa.

Nhân đây cũng xin nói thêm. Ở An Giang, người dân tộc Khơme vào ngày tết ĐônTa cũng có tục cúng ông bà, nhưng là ông bà đã khuất, âm dương phân biệt rạch ròi. Ngày tết, người Khơme đem thức ăn ra trước những tháp mộ đổ xá trên những tàn lá chuối, thắp nhang khấn vái. Quan niệm về ông bà của người Việt có khác, hàm chứa triết lý âm dương thống nhất, không chia cắt, nên chúng ta tin rằng ông bà dù đã khuất bóng vẫn còn trở về với con cháu. Vì thế, trong sự cúng kiếng, từ đồ ăn thức uống cho đến ly nước tráng miệng, ly rượu, bình trà đều tươm tất trên bàn thờ.

Đêm ba mươi cả nhà quây quần bên bàn thờ ông bà, thay nhau châm rượu, châm trà đúng một tuần nhang. Má tôi luôn miệng dặn chừng anh em tôi không được đùa giỡn, ăn nói bổ bả mà xúi quẩy cả năm. Thuở ấy, tôi luôn cảm thấy không khí đêm trừ tịch có gì đó rất là thiêng liêng. Nhìn ra ngoài trời khuya, tối đen như mực, cảm nhận có gì đó như đang chuyển động, năm cũ đi qua, năm mới bước tới...

Sáng mùng một, khi mấy anh em tôi thức dậy thì thấy ba mẹ đã ngồi sẵn bên bàn nước uống trà. Đây cũng là một trong những nghi lễ vào dịp tết mà đến nay tôi còn nhớ rõ. Anh em tôi thay quần áo mới, sắp hàng ngang đứng mừng tuổi ba mẹ. Hai bậc sinh thành trìu mến nhìn các con, ban lời đầu năm dặn dò các con và cho mỗi đứa một bao lì xì. Và như ba còn muốn nhấn mạnh thêm một điều gì đó, ba kêu một đứa ra đứng dựa vào cây cột, so lại vết khắc ba đã làm dấu năm trước đó, coi đã cao thêm được mấy phân. Thỉnh thoảng nhìn cây cột ghi dấu chiều cao của mình, không cần ba nói tôi cũng tự ý thức rằng mình đã lớn. Đấy là kỷ niệm về ba tôi.

Một buổi sáng đầu năm mới thật là đẹp, gia đình hạnh phúc. So với ngày nay, trẻ con quen với tiền bạc, phong bao lì xì chẳng có mấy ý nghĩa, và cha mẹ mừng tuổi con như là cái lệ, bổn phận phải làm cho xong, dường như không còn cảm nhận được sự gắn bó thân thiết của mọi thành viên trong gia đình.

Sau khi mừng tuổi và chúc tết ba mẹ xong, anh em tôi được tự do, muốn đi đâu thì đi. Ngoài đường có mấy đám kêu lô tô, đánh bầu cua... Riêng tôi hay theo má về cù lao thăm ngoại. Bao giờ cũng vậy, hễ đi gần thì thôi, chỉ cần tới nhà ai đó xa chừng ba bốn cây số là má phải mặc cái áo dài the màu đen. Các cô, các dì khi đến thăm gia đình tôi cũng vậy, đều mặc áo dài đen. Má bưng xửng bánh mứt, tôi xách giỏ bánh tét. Lúc về các dì cho quà lại, cái xửng đổi các loại bánh mới. Thành ra giống như là cho qua đổi lại, theo như ngày nay là mắc công vô ích, nhưng vào thời ấy ai cũng xem là cái lễ để tỏ sự trân trọng lẫn nhau.

Ngày mùng hai đi chùa, đi mừng tuổi cô bác. Ngày mùng ba là tết thầy. Tôi không biết trước đó nữa người ta đi tết thầy cô giáo như thế nào, riêng tôi năm nào cũng được ba mẹ dành sẵn mấy đòn bánh tét, có năm thì chai rượu, gói trà... để đi tết nhà thầy.

Tôi sinh năm 1950, những thầy cô trong giai đoạn này tất nhiên kiến thức cũng như chuyên môn không bằng các thầy cô giáo bây giờ. Nhưng không hiểu sao họ để lại trong tôi những dấu ấn rất lâu bền. Chẳng hạn như thầy giáo Viên dạy tôi lớp hai, thỉnh thoảng hứng chí tự đặt ra những bài học để dạy học trò không có trong giáo khoa. Tôi còn nhớ một bài học thuộc lòng do thầy tự sáng tác:

Điếu thuốc đầu đời nhớ mãi,
Chú nhỏ lén cha chạy vội ra vườn.
Dựa gốc cây ngồi nhả khói phun mây,
Chú ta bị một trận say nhớ đời.

Thầy đã già móm mém không còn cái răng, tưởng là thầy dễ tính. Một bữa tôi ra đường gặp thầy không chào, bị thầy kêu lại nhéo lỗ tai hỏi: “Bộ mày đui sao không thấy tao?” Đã vậy thầy còn tới nhà mắng vốn... thành ra sau này tôi như thành tật, gặp bất cứ ai cũng gật đầu chào.

Lên trung học, tôi nhớ thầy Nhân dạy chữ Hán lớp đệ lục, đệ ngũ (lớp 7, lớp 8). Đây là hai năm cuối cùng của chương trình Hoàng Xuân Hãn nên có dạy môn Hán văn. Tôi biết chữ Nho được bộn “*oan oan thư cưu*” cũng nhờ học thầy Nhân. Cũng chuyện thuốc lá, một hôm thầy bắt gặp tôi hút thuốc. Vừa gặp thầy tôi vội giấu ra sau lưng. Thầy cười hiền lành: “Giấu gì, hút đi. Hút cho biết thôi, ngày sau đừng nghiện ngập mang cái khổ. Thầy già rồi không bỏ được, các con còn trẻ.”

Lúc học tiểu học, mùng ba tết tôi hay đến nhà thầy Viên, cô giáo Sang. Lên trung học, tết đến không hiểu sao tôi lại thường đến nhà thầy Nhân, dù món quà tết chỉ là hai đòn bánh tét.

Nếu nhìn vào đời sống hôm nay, những gì tôi kể không còn nữa. Sự mất mát lễ nghi, phải chăng chính là điều thua thiệt của người đời nay? Có lẽ vì vậy mà giờ đây xã hội đã bắt đầu nhìn lại truyền thống văn hóa ngày tết. Thay cho ngày mùng ba tết thầy là ngày nhà giáo 20 tháng 11, để học trò mang hoa, mang quà tặng thầy cô. Nhưng cho dù đã có ngày này, theo tôi học trò cũng nên dành một ngày tết đến thăm thầy cô để có tình cảm ấm áp, hơn là ngày tết lao đầu vô cái trò chơi vô bổ, chạy xe lạng lách rồi gây tai nạn giao thông!

LỜI NHẮN CỦA MẸ

(Gửi Chim Oanh Vũ)

"*Bông hồng cài áo*" là tên của một cuốn sách đằm thắm viết cho những đứa con hiếu thảo với mẹ của thầy Nhất Hạnh, xuất bản trong thập niên 60. Sau đó, được nhạc sĩ Phạm Thế Mỹ lấy ý tưởng phổ thành bản nhạc, khiến nó trở nên nổi tiếng hơn. Và rồi, lần đầu tiên ở Việt Nam, từ một cuốn sách, một bài nhạc trở thành một tập tục đẹp vào mùa Vu Lan, mùa báo hiếu.

Giới trẻ, nhất là học sinh, nhiệt tình hưởng ứng tục này. Vào lễ Vu Lan ra chợ mua bông hồng về tặng mẹ, rồi sung sướng cài bông lên áo mình, dấu hiệu sự hạnh phúc của mình: Rằm tháng bảy, hoa hồng với ý nghĩa nói lên lòng biết ơn, là dịp tốt cho những người bán hoa, bao nhiêu cũng không đủ bán...

Thế nhưng những ngày Vu Lan đi qua, cánh hồng cũng khô đi cùng niềm vui hạnh phúc, sự hiếu thảo dành cho mẹ ngày ấy có còn không? Hay chỉ có những người con mồ côi, một mình thui thủi trên đường đời mới còn nhớ thắm thiết và thì thầm như chỉ nói cho mình nghe: Mẹ ơi, ước gì mẹ còn sống để chia sẻ buồn vui với con!

Hậu ơi, chú viết những dòng này cho Hậu đây. Còn nhớ lần trước, thấy cháu mua hoa về tặng mẹ, chú có bảo hãy tặng cho cha của Hậu nữa. Công của cha cũng cao hơn núi, tha thiết nhưng bề ngoài có vẻ lạnh lùng nghiêm khắc ít nói. Đừng thấy cha ít chăm sóc con cái hơn mẹ mà nói cha ít lo con cái, vì cha là trụ cột trong nhà, luôn bận lo việc làm ăn. Mỗi cái tình là một dòng sông san sẻ nước cho những con rạch nhỏ. Tình cha đậm sâu cũng như tình mẹ thương con.

Hậu kể là mình thấy ba xúc động run run khi nhận hoa, có lẽ vì ba bất ngờ, ba hỏi ai dạy cho con vậy...

Trở lại câu hỏi khi nãy. Sở dĩ hỏi như vậy vì con người lạ lắm đó Hậu, thường ít khi chú ý đến cái mình có, khi mất đi mới sực nhớ ra và ngồi nhớ lại muộn màng.

Những ai không được hiếu thảo lắm, những ai không lắng nghe lời Phật dạy hơn hai ngàn năm trăm năm trước vẫn còn mới nguyên "*hãy thường xuyên giữ lửa trong lòng*", hoặc ca dao VN cũng có câu "*mỗi đêm mỗi thắp đèn trời*". Những người như vậy, khi cha mẹ qua đời thường làm đám ma trống kèn rình rang, khóc cho thật lớn, không khóc được còn mướn người khóc nữa...

Nhưng mà khóc cho ai, hay đó chỉ là giọt nước mắt ăn năn rồi sau đó lại quên? Quên đi dòng sông vẫn liên tục, vì theo đạo Phật, cha mẹ đã chuyển máu thịt qua cho mình, có nghĩa là cha mẹ vẫn tiếp tục sống mãi trong mình. Thay vì sống cho lành mạnh để tinh thần ngày thêm minh mẫn, thân hình tráng kiện, để cho người đời ngạc nhiên kêu lên: "Ôi sao mà nó giống anh hai lúc còn trẻ, y như là anh ấy sống lại." Đàng này lại ăn chơi trác táng để cho thân thể ốm yếu gầy mòn nhìn không ra, rồi còn rơi vào vòng tội lỗi. Như thế đấy!

Hậu ơi! Còn nhớ khi Hậu giận mẹ bỏ nhà đi bụi mấy ngày. Cha mẹ Hậu ngày đêm quên ăn mất ngủ, tìm kiếm khắp nơi mà không biết Hậu đi đâu giữa trời đất bao la. Chú bối rối, nhớ mình có nói: "Đi đâu, giận ít ngày rồi cũng quay về, đừng lo." Chú nói vậy để an ủi cha mẹ Hậu, chớ trong bụng chú cũng đã thật sự lo, vì ngoài đời hiện nay rất nhiều cạm bẫy rình rập.

Sau cùng, Hậu cũng trở về, dường như hối hận về chuyến phiêu lưu vừa qua nên không về nhà mà đến nhà chú ở mấy ngày. Chú hỏi đi đâu, Hậu nói lên Sài Gòn tìm việc làm. Hậu mới học lớp mười mà tìm việc làm cái nỗi gì? Chẳng qua vì chuyện học hành ngày nay rất vất vả, lại thêm cha mẹ la rầy ép uổng, Hậu chán học bỏ đi vậy thôi. Thế là, chỉ sau ít ngày Hậu đã làm tiêu hai chỉ vàng lấy trộm của gia đình.

Sau đó hai chú cháu im lặng ngồi nhìn nhau. Thật tình lúc đó chú lúng túng không biết nói lời gì. Chú đã kinh nghiệm về trường hợp của Hậu rất thường gặp ở tuổi mới lớn. Vào tuổi này, cái tôi của Hậu rất lớn, lúc nào cũng lăm le muốn tự khẳng định mình. Thời gian chú đi dạy, từng nghe lũ học trò trong giờ ra chơi ngồi nói xấu thầy cô giáo, nói xấu cha mẹ. Thậm chí còn tỏ ra thù ghét nữa: Mà thù ghét về điều gì ? Cha mẹ quá khó không hiểu mình, cha mẹ không công bằng, thằng em muốn gì có nấy, trong khi mình không được chú ý đến... Hậu có thấy các lý do đưa ra hồn nhiên, vô tư làm sao, không thấy được bao nhiêu lo lắng cha mẹ dồn hết cho con để rồi ngày một già đi, tóc bạc thêm, trong khi đứa con ngày một lớn xinh đẹp.

Ở nhà Hậu hay bị cha mẹ rầy la nên đã chán khi bị ai lên lớp khuyên bảo. Chú mà lên tiếng nữa, chưa chắc gì Hậu chịu nghe. Ngày xưa Đức Phật gỡ rối tơ vò cho người thường bắt đầu bằng những câu hỏi. Ở đây chú cũng chỉ hỏi. Hậu trả lời là vui, nhưng nét mặt lại buồn so. Chú hỏi tiếp thì Hậu thật thà kể: Xứ lạ quê người không có ai quen biết, sáu đứa trẻ hùn tiền mướn phòng trọ chật hẹp, nóng bức. Ban đầu còn tiền, bạn bè ai cũng tốt, tới lúc hết tiền sinh ra ích kỷ, lén lút mua xôi ăn một mình chẳng mời ai. Hậu đâm ra nhớ mẹ, nhớ nhà.

Quả tình chú lúng túng không biết nói lời gì, nhưng qua những lời thật thà của Hậu, tình cờ chú đúc kết cho Hậu một kinh nghiệm sống. Kinh nghiệm này Hậu phải hiểu là của những người đi trước, lúc còn trẻ họ cũng đã vấp phải và tự rút ra thôi.

- Mẹ có thể cho con cuộc sống, nhưng mẹ không thể sống mãi với con.

- *Mẹ có thể chỉ đường cho con, nhưng mẹ không thể luôn ở bên cạnh để dẫn con đi.*
- *Mẹ có thể dạy con về cuộc sống nhưng mẹ không thể làm cho con luôn có lòng tin.*
- *Mẹ có thể mua cho con quần áo đẹp nhưng mẹ không thể làm cho con luôn giữ được tâm hồn đẹp đẽ, cao thượng.*
- *Mẹ có thể cho con tình yêu thương nhưng mẹ không thể làm cho con yêu thương tất cả mọi người.*
- *Mẹ có thể dạy con chia sẻ với mọi người nhưng mẹ không thể làm cho con không ích kỷ.*
- *Mẹ có thể khuyên con về bạn bè, nhưng mẹ không thể tìm bạn cho con.*
- *Mẹ có thể dạy con về những điều không tốt trong cuộc sống nhưng mẹ không thể nói "không" thay cho con.*
- *Mẹ có thể nói cùng con về ước mơ, về mục đích sống, nhưng mẹ không thể đạt được chúng giúp cho con.*

Điều mẹ có thể làm là yêu thương con vô điều kiện trong suốt cuộc đời... Và mẹ sẽ luôn luôn làm như thế.

Vậy đó Hậu ơi, chuyến đi vừa qua của Hậu xem như là một chuyến đi thực tế... Có lẽ chỉ một lần đã đủ để Hậu rút ra bài học: lòng mẹ bao la như suối nguồn từ trên cao luôn đổ xuống không bao giờ vơi cạn. Và vì sao Phật dạy: người phải luôn giữ ngọn lửa trong lòng. Lửa làm người ấm lòng, bước đi vững vàng.

NHANH VÀ CHẬM

Hồi nhỏ tôi nói rất nhanh và viết ẩu, loáng qua một cái là viết xong bài học. Chú em tôi cũng vậy, làm gì cũng rất lanh lẹ, đi như chạy, ăn không kịp nhai, lùa hai ba đũa là xong.

Mẹ tôi nhận ra khuyết điểm của hai đứa nên thường hay nhắc nhở: "*Chậm lại các con. Viết nhanh quá, chữ xấu như chữ bác sĩ.*" Tôi không hiểu sao mẹ lại lôi cả bác sĩ vào đây? Tới lượt thằng em được nghe lời khuyên: "*Ăn phải biết nhai cho kỹ để còn thưởng thức mùi vị, tiêu hóa tốt. Đi phải biết chân đặt đến đâu.*" Rồi mẹ đọc cho nghe cả bài ca dao:

"Đi đâu mà vội mà vàng,
Mà vấp phải đá, mà quàng phải dây.
Thủng thẳng như chúng anh đây,
Chẳng đá nào vấp, chẳng dây nào quàng."

Rồi mẹ lại dạy cả hai đứa: "Chậm lại các con. Đàn bà nói nhanh, hường nhan bạc phận, huống chi đàn ông."

Mẹ tôi chỉ học hết bậc tiểu học, khi dạy con bà chỉ biết lấy ca dao, tục ngữ và thêm vào kinh nghiệm của chính mình. Thật ra, việc ăn nói hoặc viết lách nó bộc lộ tính cách, tâm địa của con người ra cả, nào có phân biệt gì đàn bà, đàn ông. Hơn nữa tôi lớn lên trong thời buổi tốc độ "*nhanh, nhanh lên nữa...*" Trên bờ, từ đi bộ tiến lên đi xe đạp, rồi mỗi người một chiếc xe gắn máy; dưới sông, từ chèo xuồng, chèo ghe, tiến lên ghe máy nổ, rồi đến canô với vận tốc 70 cây số giờ ở vùng sông nước Cà Mau...

Mẹ không còn ở trần thế, thỉnh thoảng nhớ đến lời mẹ dạy, nước mắt tôi rưng rưng nhưng vẫn chưa hết phân vân giữa nhanh và chậm. Đôi khi tôi nghĩ, chậm hẳn là thua thiệt, là nghèo túng hơn người ta, tức là chọn con đường chết, như bộ phim Mỹ có nhan đề "Chậm là chết".

Nhưng rồi qua thực tế tôi dần dần hiểu ra biết bao nhiêu chuyện. Cái quy luật "chậm là chết" đó chỉ thấy ở trong phim, còn cuộc đời này thì phần nhiều đổ vỡ, hủy hoại đều do nhanh mà ra, nhất là trong lĩnh vực giao thông. Đường phố đông đúc mà xe đò chạy như bay để tranh nhau rước khách, nôn nóng với cái lợi, bất chấp việc xe đang chở bao nhiêu sinh mạng con người. Tai nạn giao thông trở thành vấn nạn xã hội, đến độ chúng ta ai cũng có thể kể ra một tai nạn xe đụng chết người mà mình từng tận mắt chứng kiến. Riêng tôi tánh hay quên, thường không nhớ những gì chẳng liên quan đến mình. Không hiểu sao đọc báo tôi lại nhớ dai dẳng bản tin vào năm 1979, ngoài miền Trung hai xe đò đụng nhau chết đến 30 người! Rồi ở Cà Mau sau cơn bão số 4 chết gần hai ngàn người. Vài tháng sau Cà Mau lại xảy ra vụ chìm tàu, 40 người phải bỏ mạng chỉ vì người lái tàu ham lợi chở khẳm mẹp, đã vậy còn chạy ẩu. Tại sao tôi nhớ? Chỉ vì chiến tranh đã qua, bây giờ là thời bình, sao người ta vẫn phải chết tập thể một cách oan ức như vậy?

Nỗi vui và nỗi buồn đều có chung tính chất kéo con người xích lại gần nhau. Nhưng vui lại khác buồn ở chỗ, buồn đọng lại trong lòng người dai dẳng khó quên, nhớ dai là vậy. Mạng người lớn lắm, đâu dễ quên được.

Bây giờ nhớ lại lời mẹ dạy: "ai nhanh con cứ chậm". Nhưng ngoài mẹ ra, hình như các bậc thánh hiền đều nghiêng về cái chậm. Nhưng cũng chẳng phải là việc so sánh nhanh hay chậm, mà là trong cuộc sống hối hả ngày nay, chúng ta thường vô tâm trong mọi suy nghĩ, mọi hành vi, không chỉ riêng lời nói, thường không mấy khi tự biết mình đang nghĩ gì, làm gì. Cho nên, người nên chậm lại để kiểm soát hành vi của chính mình, để rồi không phải ăn năn, không phải nhận lỗi hay khóc lóc kêu trời khi đã quá muộn. Mà thật vậy, làm sao xin lỗi được khi mình đã vượt qua giới hạn đèn đỏ...

NGÀY TẾT CƯỜI VỚI BỜM

Hai năm vừa qua, lịch Tết của Nguyễn Duy bán chạy, một phần vì tên tuổi của nhà thơ, một phần vì giá trị văn hóa đã tìm thấy đối tượng. Năm nay, Nguyễn Duy ra lịch "chú Tiểu thằng Bờm", miệng cười toe toét dễ thương. Tôi ngắm cuốn lịch, bất chợt nhớ lại nhận xét của một du khách nước ngoài đến thăm miền Tây gặp lúc lũ lụt: "Ở Sài Gòn xe chạy đông như kiến, nhà cửa cao; về đây nhà cửa thấy thấp lùn; phụ nữ chuộng màu đen, người Việt Nam hay cười." Xe chạy đông như kiến thì cảm nhận được, nhưng mấy nhận xét sau tôi lại không nhận ra. Có lẽ vì quá quen mắt chăng? Có thật tình là người Việt Nam hay cười? Chợt nhớ trước kia Nguyễn Văn Vĩnh có lần viết: "An Nam ta gì cũng cười..." rồi bị nhiều người phê phán. Nay nghe thêm ông du khách nước ngoài nói vậy, chỉ tiếc là không có dịp đi các nơi để quan sát xem có phải người mình hay cười hơn thiên hạ thật chăng?

Tôi ngắm các chú tiểu một lát lại sực nhớ đến bài ca dao Thằng Bờm... Dường như đã bắt gặp ở đây một điều gì. Gần đây, người hay bàn thế nào là bản sắc văn hóa dân tộc VN, bàn tới bàn lui nhưng ít người nghĩ tới việc bản sắc ấy còn hàm chứa trong rất nhiều bài ca dao, đồng dao. Chẳng hạn như bài "*Thằng Bờm*" là một trong số những bài được truyền tụng rộng rãi nhất. Vỏn vẹn chỉ có mười câu lục bát:

Thằng Bờm có cái quạt mo.
Phú ông xin đổi ba bò chín trâu.
Bờm rằng: Bờm chẳng lấy trâu,
Phú ông xin đổi một sâu cá mè.
Bờm rằng: Bờm chẳng lấy mè,
Phú ông xin đổi một bè gỗ lim.
Bờm rằng: Bờm chẳng lấy lim,

Phú ông xin đổi con chim đồi mồi.
Bờm rằng: Bờm chẳng lấy mồi,
Phú ông xin đổi nắm xôi, Bờm cười.

Về nội dung bài hát thì ai cũng hiểu một cách giản dị. Nhưng về mặt ý nghĩa sâu xa thì dường như mỗi người đều có cách giải thích theo quan điểm riêng của mình. Có người cho rằng, khi gặp nóng nực thì ba bò chín trâu không bằng giá trị cái quạt, nên phú ông xin đổi. Hay là phú ông kia muốn lừa gạt, cho đến cái quạt mo của thằng nghèo. Với đôi mắt của người ngày nay, có thể cho đây là một kiểu quảng cáo, tiếp thị, nhưng câu cuối cùng thì gần như ai cũng kết luận là biểu hiện tính thực dụng của người Việt Nam: Bờm vì nắm xôi có thể ăn được ngay mà đổi lấy cái quạt.

Không biết bài ca dao xuất hiện từ lúc nào, nhưng cho đến nay thì ai cũng cho Bờm có bản chất nông dân, tham việc nhỏ mà bỏ qua những gì lớn hơn. Dường như chẳng ai xét đến việc Bờm cười nhưng có chịu đổi lấy nắm xôi hay không? Hay Bờm chỉ cười... thôi, cái cười quyến rũ bí ẩn như nụ cười của La Joconde trong tranh của Leonardo da Vinci vậy.

Cứ cho là Bờm cười đồng ý cũng được, và cho là Bờm cười như nụ cười của cô bán hàng khi nghe khách trả giá trêu ghẹo mình cũng được. Như vậy ta thấy rõ nụ cười mang nhiều sắc thái giá trị khác nhau. Nụ cười thằng Bờm thật độc đáo nếu sự giải nghĩa nghe có tính thuyết phục. Rõ ràng ở đây tiềm ẩn bóng dáng văn hóa dân tộc, nhưng tuổi trẻ ngày nay liệu có mấy ai suy nghĩ gì về nụ cười của Bờm?

Trước hết, xin lưu ý là bài Thằng Bờm có rất nhiều "chế bản" của người thời nay. Thí dụ:

Thằng Bờm có cái quạt mo,
Phú ông xin đổi bếp lò, honda
Bờm rằng chẳng lấy honda,
Phú ông xin đổi nhà lầu, ô tô.

Bờm rằng chẳng lấy ô tô,
Phú ông xin đổi một cô Đại Hàn.
Bờm rằng không lấy Đại Hàn.
Phú ông đưa củ khoai lang Bờm cười.

Từ vật chất xa xưa, "*chế bản*" này đổi ra vật chất ngày nay, có lẽ nụ cười thằng Bờm trở thành dễ hiểu hơn. Cuộc sống ngày nay tràn ngập đủ mọi thứ, nó như làm chủ con người, và người đã đem nó ra để khuyến dụ, khuyến mãi chất xám tuổi trẻ, thanh niên. Thỏa hiệp hay đối kháng, đồng ý hay không, người vẫn lạnh như băng tiếp tục đồng hóa...

Chuyện thỏa hiệp hay đối kháng trước vật chất mà vẫn luôn giữ được giá trị - bản sắc - tâm hồn, đây mới là chuyện đáng nói.

Cho dù vật nào cũng có giá trị của vật đó, nhưng cuộc trao đổi nắm xôi lấy cái quạt mo ngang nhau vẫn phải giữ phần bản sắc tâm hồn luôn thắp sáng. Vì thế, cho đến nay nụ cười của thằng Bờm vẫn luôn quyến rũ, tồn tại và đặc biệt như một nét duyên dáng Việt Nam.

SÔNG SÂU CON CÁ LỘI

Từ con cá rô đồng, cá hô quen thuộc...

Tôi nhớ hồi anh Bảy Nhị còn làm chủ tịch tỉnh An Giang, có lần ao ước giữ lại cho vùng tứ giác Long Xuyên một khu vực riêng cho môi trường sinh thái, để cây tràm, cá rô đồng... sinh sôi tự nhiên. Trên thế giới có nhiều nước từng làm như vậy. Nhưng ở tứ giác Long Xuyên đâu còn nơi nào bỏ hoang không trồng lúa? Được lúa thì phải mất cá, mất rừng, cũng như ở Cà Mau được con tôm thì mất rừng, mất ruộng.

Lý do anh Bảy Nhị ao ước như vậy vì anh là người An Giang, biết rất rõ ràng đặc điểm quê hương. Bắt đầu từ An Giang, sông Cửu Long chia ra hai nhánh sông Tiền, sông Hậu, rồi đến mạng lưới kênh rạch chằng chịt như mạng nhện. Mùa nước nổi tràn đồng mang theo nhiều cá tôm. Ở những vùng trũng như vùng tứ giác Long Xuyên, cứ mỗi mảnh ruộng nông dân chỉ đào một hoặc hai khẩu đìa, nước rút đi cá dồn xuống đìa.

Người An Giang quen với hình ảnh quê nhà, mùa nước là mùa cá linh, bắt lên làm mắm, nước mắm. Kế đó là mùa tát đìa bắt đầu từ tháng chạp, bắt cá lên ăn tết rồi kéo dài tới đầu tháng 4 trời sa mưa. Mỗi khẩu đìa cho ít lắm cũng 100 kí lô cá lóc, cá sặc, cá rô, cá thác lác... Nhân lên hàng trăm nghìn khẩu đìa... thì đủ thấy sản lượng cá đồng của An Giang rất lớn, chỉ thua miệt Cà Mau và Đồng Tháp Mười.

Sự ngoạn mục của dòng sông còn ở chỗ sông nhỏ có cá nhỏ, sông to có cá to; có cá mồm, cá cơm bé như đầu đũa bên cạnh con cá hô vài trăm ký. Năm vừa qua, một người ở Cù

Lao Ông Chưởng giăng lưới được con cá hô nặng 250 kg. Hai vợ chồng thấy con cá quá lớn nên đem gạo muối rải xuống sông khấn vái. Hai vợ chồng ngư dân này rõ là còn mê tín, nhưng nếu xét kỹ thì cũng là lẽ tự nhiên, người ta ăn gì nhớ nấy, như lời tục ngữ nói "ăn cây nào rào cây nấy".

Cuộc sống người An Giang tồn tại nhờ lúa gạo, tôm cá. Những năm đời sống khó khăn, nơi đâu phải vất vả với miếng ăn chứ dân quê vùng này chỉ cần ra đồng với cây cần câu, kiếm vài con cá, rồi ra vườn hái thêm vài trái cà tím là qua bữa, cứ thế mà trôi qua cái nghèo, cuộc sống an nhiên tồn tại lâu dài.

Nông thôn An Giang được ấm no một phần là nhờ kiểu tự cung, tự cấp như vậy (nhưng lối sống này ngày nay lại trở nên thua kém người khác rồi). Vì thế, khi trúng mùa người ta làm lễ cúng ông Thần nông; được con cá lớn, người rải gạo muối xuống tạ ơn dòng sông. Thấy như mê tín, nhưng nó cũng là nét văn hóa trong lòng người An Giang vậy. Biết đâu con cá hô nặng 250 kg kia chỉ là một vài con hiếm hoi còn sót lại của dòng sông ở thế kỷ này.

... đến những dòng sông quen mà lạ

Sông Cửu Long có bao nhiêu giống cá, đến nay vẫn chưa có cuốn sách nào liệt kê đầy đủ và phổ biến rộng rãi. Người viết chỉ còn cách đi làm một cuộc phỏng vấn, hỏi han từng người và ghi chép lại, từ đó thấy ngay một thế giới thủy tộc phong phú có đến hơn 200 giống cá!

Hãy thử kể ra đây một số loài cá: cá bạc đầu, cá bông lau, cá bột, cá bò, cá bui, cá bống (bống mú, bống tượng, bống cát, bống kèo, bống moi, bống dừa, bống thệ), cá bông, cá basa, cá bãi chầu, cá bảy màu, cá cơm, cá còm, cá cúi, cá cóc, cá cọp, cá chạch (chạch lấu, chạch bông, chạch lá tre) cá chay, cá cháy, cá cày, cá chíp, cá cháo, cá chẻm, cá chốt (chốt sọc, chốt chuột, chốt bông, chốt giấy), cá chài, cá chài dục, cá đuối, cá dọ đường, cá dàm, cá dây, cá dây tho, cá duồng, cá dảnh, cá dứa, cá duột, cá đỏ mang, cá ép, cá giải đỏ, cá hô, cá hô đất, cá hú, cá heo, cá he, cá he nghệ, cá he trắng, cá dàm chó, cá hàm be, cá hương mảnh, cá hồng vện, cá học trò, cá kết, cá lóc, cá làn, cá lăn chiên, cá lăn đỏ đuôi, cá lù đù, cá lóc nói, cá lành canh, cá lìm kìm, cá lòng tong (lòng tong mương, lòng tong bông đá), cá lài bai, cá lưỡi trâu, cá lạt mạ, cá lạc, cá liệt, cá linh (linh ống, linh rìa, linh tròn, linh dẹp, linh đầu vồ, linh đầu nhím, linh cám nút) cá mòm, cá móm, cá mồng gà, cá mè rổ, cá mè tho, cá nóc (nóc mít, nóc vàng), cá nước, cá ngác, cá ngát, cá ngựa, cá nhái, cá nhám (nhám nghệ, nhám nhọn, nhám trâu), cá phướn, cá phèn, cá rô (rô đồng, rô biển, rô phi), cá sặt (sặt bướm, sặt điệp rằn bồi), cá thòi lòi, cá lia thia, cá tà mạ, cá thác lác, cá tai tượng, cá tra (tra lóp, tra bầu, tra dâu) cá trèn (trèn bầu, trèn răng, trèn đục), cá trê (trê vàng, trê trắng, trê phi, trê leo, trê dừa, trê mỡ), cá trắm cỏ, cá trâm, cá trao tráo, cá trường sanh, cá thác, cá thơm, cá ông sáp, cá út, cá vồ (vồ dém, vồ cờ, vồ chó)...

Nếu muốn tìm hiểu vì sao có những tên cá như vậy chắc sẽ rất khó. Nhưng ta có thể nhận ra vài qui luật. Thí dụ như con cá cọp, trông giống hệt như cá thác lác nhưng tiếng kêu của nó nghe như "*cọp, cọp*". Con cá bột, có phải vì nhỏ, mịn như bột chăng? Con cá linh, cứ như đúng hẹn kỳ đến mùa, vào một ngày nào đó là nổi lên đầy sông rạch nên có tên là linh chăng?

Qua rồi cái thời hoàng kim, cá tôm đầy ắp sông rạch, không chỉ nuôi sống dân đồng bằng mà còn thừa thãi đến độ dùng để bón cây... hay thậm chí đổ bỏ. Ngày nay, người đông của khó, lại sinh ra những kiểu ăn uống lạ lẫm, như bắt cá chỉ cốt ăn trứng cá, ăn cái lườn... Rồi đua nhau "*phát huy sáng kiến*" phá huỷ môi trường sinh thái, như rà điện khiến cá mẹ lẫn cá con đều bị bắt trọn.

Góp phần làm ô nhiễm dòng sông có biết bao chất độc hại từ ruộng đồng chảy ra, lại thêm ghe cộ xả xăng dầu, tiếng động cơ ồn ào... Cá bỏ sông đi về đâu hay dần dần tuyệt chủng? Cứ theo đà khai thác phá huỷ triệt để như hiện nay, một vài loại cá ngon đã bắt đầu chỉ còn trong hoài niệm.

Trên sông Tiền, sông Hậu, trên các kênh rạch đã bắt đầu có những khúc, những đoạn vắng bóng chim, tăm cá. Con cá lóc, cá rô nhờ mạnh mẽ mà tồn tại, con cá linh nhờ đẻ nhiều nên dễ thấy nhất ở chợ, nhưng thật ra chúng cũng đang khan hiếm dần...

... đến cá basa trả lại cho sông

Dòng sông tưởng như quen thuộc lắm, thế mà ta lại hiểu sông rất ít. Có bao nhiêu loài cá đang tồn tại, nhất là loài có giá trị ở các sông lớn, sông nhỏ thuộc đồng bằng sông Cửu Long? Đặc điểm từng loại, quá trình trưởng thành, đẻ trứng ở đâu, ven bờ sông, dưới đáy hay giữa dòng chảy... Các câu hỏi ấy không vô ích đối với việc bảo vệ môi trường, bảo vệ nguồn thủy sản, để kịp thời đề ra những biện pháp thích ứng cứu vãn. Chẳng hạn như vào mùa nào, tháng nào mới nên cho phép đánh bắt chủng loại cá ấy? Những loại cá ngon như cá cóc, cá hô nặng đôi ba trăm kí đang dần mất đi, cần triệt để cấm đánh bắt trong nhiều năm. Hoặc nên quy định kích thước từng loại mới được phép đem ra chợ bán, như ở một số nước khác đã làm.

Do hiểu được đặc điểm từng loại cá nên gần đây ta làm được một số việc như phát triển nuôi cá he, cá mè trong bè, cá lóc, tôm, ếch trong ao... Và thay cho sự nuối tiếc thiên nhiên, giờ đây An Giang đang nỗ lực đánh thức những tiềm năng của sông nước. Bây giờ, nói về An Giang sẽ là thiếu sót nếu không kể tới phong trào nuôi cá, nhất là đóng bè nuôi cá basa.

Nhân đây cũng xin nói, người ta bảo nghề nuôi cá bè có nguồn gốc từ Campuchia. Nhưng ở miền Bắc từ xa xưa, trên thượng nguồn sông Lô, sông Đà đã thấy hình ảnh chiếc lồng (ta gọi là bè) để nuôi, để rộng cá. Rồi qua màn hình ta thấy trên sông Trường Giang Trung Quốc cũng có những bè cá nổi bồng bềnh trên sông, phải chăng nó cũng có nguồn gốc từ Campuchia? Nói chung ở đâu có sông nước đều thấy có chiếc lồng nuôi cá, nhưng không phát triển như nghề nuôi cá bè của ta.

Gần đây tôi có dịp xuôi tàu từ Châu Đốc đến biển Hồ, tôi ngạc nhiên thấy sông Campuchia sao vắng vẻ quá, chẳng giống dòng sông ấm áp ghe xuồng ngược xuôi như của mình... và không thấy chiếc bè nuôi cá nào. Phải đến biển Hồ tôi mới thấy làng bè trên sông... Nhưng ở đây chỉ là người ta rộng cá cho ăn cầm chừng, đợi giá cao mới bán ra, chứ không phải nuôi cá từ nhỏ tới lớn như ở nước ta.

Từ nghề nuôi cá bè, An Giang có nhiều tên tuổi nổi lên như Nguyễn Văn Thọ ở Châu Đốc được xem là vua cá basa, Thềm Phúc Thọ ở Thạnh Mỹ Tây với hàng trăm hecta ao hồ thả cá. Đặc biệt con cá basa không bỏ thứ nào, từ thịt cá phi lê chính phẩm cho tới mỡ cá, đến cái xương cá... Ngay cả nước rửa cá, máu cá, công ty Thuận An lấy xác đậu nành trộn vô làm thức ăn gia súc bán chạy như tôm tươi, đó cũng là làm sạch vệ sinh môi trường, thay vì đổ xuống sông.

Nói tóm lại, con cá basa đã tạo ra công ăn việc làm cho hàng ngàn công nhân. Vì thế, khi cho dựng tượng con cá basa bên bờ sông Châu Đốc chẳng ai lấy làm bất ngờ. Người có công ta dựng tượng người, con cá có công ta dựng tượng con cá, vậy thôi.

Gần đây, An Giang bước đầu thành công trong việc kích thích cá basa đẻ trứng. Sở Khoa học công nghệ An Giang mới đây kêu gọi đấu thầu tạo giống và nghiên cứu kỹ thuật sinh sản cho những con cá khác như cá heo, cá ngát, cá lóc... đã gần tuyệt chủng. Thành quả dù còn rất ít so với những gì con người đã huỷ hoại, song cũng ít nhiều trả lại cho dòng sông những gì đã mất. Sông chuyển mình với những tín hiệu vui gửi vào tương lai.

NGƯỜI MIỀN TÂY

Nhà bị nước ngập, người xăn quần lội bì bỏm nhưng bầy heo, bầy gà lại được ở trên sàn sạch sẽ. Bông được treo trên giàn cao đủ loại để bán vào dịp rằm, và bông chờ tết. Tháng chín nước vẫn còn lênh đênh, dưa hấu và các loại rau cải được ươm sẵn trong bầu, để trong bè chuối. Tháng mười nước rút, đất vừa se mặt, cây giống kịp đặt xuống đất vài ngày đã phún rễ. Do đó, vừa qua tháng Chạp gió bấc lao xao thì nông dân đã có dưa hấu, cam quít, bông, thịt heo chở đến chợ... dài dài cho đến bắt đầu những phiên chợ đêm dưa hấu, cam quít chất thành từng đống vun, từng dãy bông hoa đủ loại nở rực rỡ.

Tháng chạp trở lại miền Tây, trận lụt vừa qua như không còn dấu vết. Trong ánh nắng cuối năm dìu dịu, làng xóm vui lên, ruộng vườn xanh mướt. Có vẻ mỗi lần như vậy cuộc sống bắt đầu lại tươi trẻ hơn, đầy quyến rũ... Một vài chi tiết vừa kể trên cũng đủ cho người làm những thước phim tư liệu "*Những miền đất lạ*". Sáu tháng mùa khô, nóng đến độ cháy rừng chàm, mặt đất nứt nẻ dấu chân chim. Sáu tháng mùa mưa, mùa nước trời đất vơi vơi kéo dài. Tuy nhiên, giữa người với thiên nhiên vẫn là bạn bè, bao giờ cũng có một đồng cảm gắn bó sâu sắc, và đồng thời cũng tạo ra một tính cách rất riêng của dân miền Tây...

1. Từ chuyện sống theo mùa

Sau Tết, tháng 4 miền Tây bắt đầu mùa lễ hội, đình chùa vang tiếng trống chầu cúng kỳ yên (cầu an) mừng cơn mưa đầu mùa, thời tiết thuận hòa. Và phù sa sông Cửu Long ở thượng nguồn không biết khởi hành từ lúc nào, về đến đất An Giang đúng vào ngày mùng năm tháng năm.

Chiều hôm nước sông trong vắt soi bóng mây, sáng ra sông nước đã chuyển mình đỏ lựng phù sa. Không năm nào lỡ hẹn, như là giữa sông với người có lời hạn kỳ.

Những cơn mưa dầm trong tháng năm còn gọi là mưa rước nước, mưa rước cá. Trứng cá tra, cá giồ, nằm lẫn trong bọt nước, người Tân Châu ở đầu nguồn vớt lấy bọt nước, coi như của trời cho, đem về ép ra cá giống bán đến tận Trà Vinh, Minh Hải. Hai nhánh sông Tiền, sông Hậu có hàng trăm loại cá ngon, có con như cá hô nặng hàng trăm ký lô, lớn hơn con heo, có con như cá cơm, cá mồm nhỏ như đầu đũa, đầu kim, nhưng đấy là những giống cá nơi sông sâu nước chảy, không lên đồng. Cá đồng gồm cá lóc, cá rô, cá mè, tôm tép... Đặc biệt là cá linh, ban đầu nhỏ như bột mịn vừa trôi theo nước vừa lớn. Tháng bảy nước nhảy lên bờ, cá linh theo các ngã sông rạch lên đồng. Tháng mười nước bắt đầu rút nhanh, sông chảy vùn vụt, những trận mưa cuối mùa được gọi là mưa đưa nước, cá linh từ đồng theo nước mát mẻ ra sông, còn gọi là mưa cá ra.

Thời tiết, đất đai, sông nước nảy sinh nhiều từ ngữ phong phú để ngôn ngữ tình cảm vùng đất này khác với vùng đất kia. Thí dụ như miền Tây có từ "nực nước". Người nơi khác khó hình dung nước mát sao lại (nóng) nực được? Hóa ra vào mùa xung quanh bốn bề là nước, mặt nước như một thấu kính hội tụ hút sức nóng mặt trời. Khi trời lặng gió, hơi nóng bên dưới đưa lên, đúng là "nực nước".

Lại như trong tháng 8, tháng 9, nước phân đồng không lớn cũng không ròng, trăng mùa thu sáng không chịu được, vằng vặc soi giữa bốn bề đồng nước mịt mùng, dân quê gọi là trăng cầm nước. Lời ăn tiếng nói dân gian mộc mạc, nhiều khi lại như là thơ.

Sự hưởng thụ những thú vui theo mùa là một đặc điểm mà dấu ấn của nó cũng để lại nơi người miền Tây. Gặp nhau có nhiều người hỏi hôm nay mùng mấy, lại còn "mùng mấy An Nam" nữa, như không cần biết đến lịch Tây, tức dương lịch. Vì âm lịch dựa vào mặt trăng, liên quan tới con nước lớn ròng, gắn chặt với mùa màng. Trăng sáng cua đầy gạch son, con cá đi ăn đêm. Lại cũng đồng đất ấy, vào mùa khô, con ốc tích trữ mỡ nằm vùi trong đất. Đi dọc theo luống cày, lát sau trở về trong thùng đã có nào ốc, nào cua, chuột... để nhà có bữa cơm ngon quây quần.

Trên thế giới, duy nhất chỉ có Việt Nam gọi tổ quốc là "nước". Không hiểu tình cảm người xưa vì sao gọi thế. Riêng với miền Tây, mùa nước đúng là mùa sinh sôi nảy nở, sôi nổi nhất trong năm. Về phần người, thôi thì đủ mọi dịch vụ như đóng xuồng, đóng ghe, làm lờ, lợp, lưới chài, đánh bắt nhộn nhịp. Thanh niên có sức khoẻ, có chiếc xuồng, mỗi ngày đi lấy vài chục xuồng đất chỗ ruộng cao đem đắp chỗ thấp cũng kiếm trên trăm ngàn đồng.

Về thiên nhiên, thôi thì các loại thủy thảo như bông súng, rau nhúc, rau ngổ, rau muống non xanh. Tôm cá lội sệt trong những đám rau. Các ngã đường chợ quê, nhất là vùng An Giang, ba giờ sáng đã nhóm họp, cá tôm trắng lớp lớp nhảy soi sói. Người mua cá về làm mắm, làm khô để dành ăn cả năm.

Đừng tưởng việc hưởng thú vui theo mùa là lối sống nhà nghèo, bởi quanh năm ở chợ thứ gì mà không có bán, cần gì đợi lúc đông ken. Quả đúng là như vậy, nhưng có điều cái gì đúng mùa, đúng lúc thì mới ngon. Tháng hạn, rau nhúc ăn dai nhách, cá lóc toàn nuôi trong hầm bắt lên bán, thịt bở hơn cá thiên nhiên. Mùa mưa đã hết mùa xoài nhưng thỉnh thoảng cũng thấy bán xoài trái mùa, mua về xẻ ra lốm đốm sượng sùng, không ngon. Sách thuốc Đông Y có dạy, những gì trái mùa dễ sinh bệnh và nên ăn những gì quanh khu vực mình sống. Vô tình cái gọi là trôi nổi với mùa màng, vui thú theo mùa lại ẩn chứa nguyên lý của hệ thống y học lẫn triết học, như câu thơ của cụ Nguyễn Bỉnh Khiêm: "*Thu ăn măng trúc, đông ăn giá*".

Và còn câu thơ của Nguyễn Xuân Sanh: "*Đáy dĩa mùa đi nhịp hải hà*". Người về miền Tây dễ đồng cảm với câu thơ ấy, hẳn tác giả cũng thuộc loại người hưởng thú vui theo mùa. Vào mùa nước, các loại cây được cho là hoang dại như bằng lăng, lá sọp, lá lụa... trổ đọt non mịn màng. Cây me cũng cho trái lủng lẳng. Bông điên điển trổ vàng rực khắp nơi. Thế nên, vào mùa nước người An Giang hay ăn cá kho lạt dầm me, ăn mắm với hàng chục loại rau; hay nướng cá rô béo mỡ xèo xèo chảy xuống than hồng, chấm nước mắm dầm me; cũng là mùa người ta hay làm bánh xèo với tôm tép, bông điên điển làm nhưn, bánh được ăn kẹp với lá bằng lăng, lá ngành ngạnh, đọt sọp... không gì ngon bằng. Rõ ràng, thiên nhiên như sắp đặt sẵn các thứ để người ta kết hợp lại mà dùng.

Cuối cùng, bốn mùa xuân, hạ, thu, đông đối với người miền Tây chỉ có ý nghĩa tượng trưng, thực sự gom lại thành hai mùa mưa, nắng. Và sông Cửu Long ảnh hưởng rất lớn đến đời sống, từ hai mùa mưa nắng, người miền Tây có mùa cá, mùa đìa, mùa xoài, mùa chim, mùa chuột... Người miền Tây đi xa, ngồi nhâm nhi lắng nghe gió chuyển mùa, tưởng là sẽ nói "mùa thu đến rồi", nhưng rồi lại thì thầm như nói với riêng mình: "ở quê ta đã tới mùa cá".

2. Người miền Tây

Người miền Tây như không chú trọng nhiều đến nhà cửa. Theo thống kê, ở miền tây nhà cửa phần nhiều được cất tạm bợ với tre lá nhiều hơn miền khác. Thật vậy, Tiền Giang, Cần Thơ, Vĩnh Long ở dưới nguồn sông Cửu Long, nhịp nước chảy chậm, là xứ có ruộng, có vườn, nhà cửa có phần nề nếp. Nông thôn Cà Mau, Rạch Giá, Đồng Tháp, nhất là An Giang, thường nhà không ra nhà. Lẽ ra ở nơi ngập nước hằng năm nhà cửa phải kiên cố, như nhà của người Chăm An Giang chẳng hạn. Điều này hẳn do tính cách, tập quán của tộc người.

Tính cách người miền Tây một phần là do nếp sống theo mùa. Ngay từ hơn ba trăm năm trước, lớp cư dân đầu tiên đến sinh sống đã nhận ra việc phải chung sống với dòng sông. Họ tập hợp quanh những giồng đất cao, hoặc những chỗ nào giao thông thuận lợi. Đồng Tháp Mười, vùng tứ giác Long Xuyên trong khoảng ba mươi năm trở lại đây xóm làng phát triển, nhưng trước đó những nơi này là trũng nước, họ để cho rừng tràm mọc tự nhiên, hoặc đến sạ lúa, rồi tới mùa thu hoạch đến cắt lúa chở về nhà, chớ không ai sống giữa trời nước mênh mông. Lo là lo cái ăn, việc ở sao cũng được.

Thời trước cất được nhà sàn lợp ngói đỏ vì còn ruộng nhiều. Thời sau ruộng đất ít, muốn cất ngôi nhà khang trang không dễ. Tràm, tre gáo xung quanh không thiếu, chỉ cần mua thêm vài trăm lá, rủi giông tố giật sập cũng dễ dàng cất lại căn nhà khác.

Ngày nay có nhiều danh từ mới như né lũ, vượt lũ, phân lũ... Né lũ có nghĩa là bố trí thời vụ sớm hơn, hay bằng giống lúa ngắn ngày để thu hoạch trước khi nước lên. Vượt lũ là đắp bờ bao xung quanh ngăn nước để làm lúa ba vụ, bốn vụ. Phân lũ là đào kênh khơi dòng nước cho chảy nhanh ra biển. Tất cả hãy còn mang tính thời sự, hiệu quả kinh tế cũng như môi trường sống trong bờ đê bao, chưa thể kết luận việc lợi hại, nhưng có thể thấy rõ là nó trái qui luật của vùng đất này. Nó cho thấy sự lẻ tẻ chia cắt trong khi mùa nước của miền tây là một thể thống nhất của các tỉnh đồng bằng. Đương nhiên, khi chặn dòng nước chỗ này, nó tung toé về chỗ khác, nó tràn xuống dòng chính và nước rút chậm. Vài năm gần đây, người ta nói nhiều đến việc "sống chung với lũ" thấy là hợp lý.

Sở dĩ tôi kể nhiều về việc sống theo mùa vì nó liên hệ đến việc sống chung với lũ. Ngày trước không có lúa vụ ba, vụ bốn nhưng người ta lại trồng ấu, trồng rau nhúc, bông súng, nhất là trồng lác dệt chiếu. Cứ ngỡ mùa nước mênh mông không trồng trọt được, nhưng thật ra vẫn có nhiều chủng loại cây thích hợp. Bảo đảm món nào cũng lời hơn làm lúa vào lúc này năm ăn, năm thua. Lác chiếu đáp ứng cho những xóm dệt ở Phú Tân, Cái Dầu. Ấu là món kiếm tiền lẻ, nên có người vội cho dân miền Tây như vừa làm... vừa chơi.

Khách nơi khác đến thấy cảnh trời nước chơi vơi sợ lắm, nước cuốn băng băng tung tốc cầu cống, đường xá. Những xóm làng, những ngôi nhà giống như giề lục bình phập phồng, nhấp nhô trên sóng nước. Người trong nhà chắc là bụng dạ có lo lắng, nhưng vẫn thấy mặt mũi họ hồn nhiên phớt tỉnh, lại còn nghe tiếng đàn vọng cổ, tiếng mời rượu "dô dô"...

Hóa ra sống ở đâu quen ở đó, dân miền Tây như quen với ông bạn thiên nhiên một tay cho, một tay đưa ra lấy lại. Nhà chỉ cần có chiếc xuồng ba lá, anh con trai có thể nuôi sống cả gia đình. Nếu siêng năng thức cả ban đêm tôm cá kiếm được nhiều để dành làm khô, làm mắm tích trữ ăn dài dài cho đến mùa nước năm sau. Lỡ thiếu hụt năm ba lít gạo, hay ngã bệnh thình lình, người ta cũng rất dễ vay mượn. Người có đất với người không đất mâu thuẫn ít gay gắt hơn ở những vùng khác.

Thói quen mượn qua, mượn lại rất phổ biến, vì có nhiều việc kiếm sống. Nước rút xuống người ta sẽ mướn họ sửa sang vườn tược, sửa lại bờ đê bao, đường nước... Nước vừa bày mặt ruộng, mọi thứ cây giống ươm sẵn trong bầu lập tức được đặt xuống đất, tuần lễ sau cây gặp lớp phù sa mới mịn màng là phủ xanh mặt đất. Nhà nhà bắt tay vào vụ mùa mới, đồng thời nghe lòng nao nao theo làn gió bấc lạnh se se, đã thấy mùa xuân len lén trở về.

Tuy nhiên, nếp sống theo mùa dần dần trở thành nếp sống nổi trôi, bấp bênh, không thích hợp với thời đại cạnh tranh để tồn tại. Chẳng hạn như tính phóng khoáng lại trở thành không biết lo xa, tích lũy tiết kiệm, sống phóng túng đến đâu hay đến đó. Thay vì trong mỗi vụ lúa lo sắm dần tiện nghi trong nhà, đàng này người ta chỉ lo cho cái bụng. Lối sống ở đây là suy nghĩ bằng bụng, lấy bụng ở đời, đánh giá người tốt xấu qua cái bụng, xem người có "chịu chơi" hay không, mọi cái khác tính sau. Nhà có ba con vịt xiêm để giành làm giống, gặp bạn tới đãi món gì chẳng được, lại chạy đi bắt ngay con vịt, mà nhè lựa con vịt trống, thành ra còn lại hai con mái đẻ trứng cũng chỉ để dành ăn. Đi làm mướn thì không biết gắng sức thêm chút xíu nữa để được nhiều tiền, chỉ làm vừa đủ sống trong ngày đó thôi.

Thật tình là người miền Tây có rất nhiều dân nghèo mà tính tình lại cứ theo nếp như vậy. Từng chút một, cứ loay hoay với việc hiếu hỉ, nhậu nhẹt mà trở nên nghèo. Mà họ cũng không tự biết mình nghèo, thiệt tình hồn nhiên. Chú em tôi là một bằng chứng. Có mười công ruộng, chú thuộc về loại "tầm cỡ" ở đất Cù Lao, vậy mà mỗi năm nước lên, cứ nhà cửa hư hao đến đâu sửa đến đó, trở thành tấm áo vá quàng. Trong khi cũng với bấy nhiêu công đất đó, người nơi khác di dân tới sau vài năm đã có của ăn của để.

Dân sống ở các con kinh vùng Cái Sắn vào Nam từ những năm 45 - 54, mỗi nhà đất đai đâu được nhiều. Vậy mà họ trở nên giàu có tiếng, con cái học hành đàng hoàng. Sau ngày giải phóng, dân miền Trung đến lập nghiệp, nay gặp lại họ cũng trở nên khá giả. Từ chiếc máy dùng để chạy đò hóa thành máy bơm, máy suốt, máy nhay lúa, máy xới rồi máy xay lúa. Dân miền Tây đã chứng tỏ được tính năng động, như từ cây lúa sạ chuyển qua tăng vụ, phút chốc An Giang đã đứng đầu "*top ten*" sản xuất lương thực trong nước. Nhưng bên cạnh đó thì cá tính, thói quen lại trở thành sức ỳ, dễ làm nghèo đi nếu đem so sánh với người nơi khác.

Tóm lại, cuộc sống miền Tây gắn liền với sông Cửu Long, và mùa nước ở đồng bằng này là một thể thống nhất. Do tính chất này, người ta càng phải tìm cách thích ứng hơn là mạnh địa phương nào nấy lo "vượt lũ", làm cho con sông bị chia cắt thành những khu vực nhỏ, để rồi con sông đang là bạn trở thành đối nghịch. Và để chuyển biến cuộc sống nông thôn, sẽ là thiếu sót nếu không hiểu rõ được những điểm ưu và khuyết trong thói quen, tập quán địa phương.

RƯỢU VÀ NGƯỜI MIỀN TÂY

Ngày nay nói "*tháng giêng là tháng ăn chơi*" chắc chắn là không ai chịu. Tuy nhiên, nếu quan sát kỹ thì có nhiều người vẫn tiếp tục lai rai ba sợi suốt trong tháng giêng! Với dân miền Tây, chuyện rượu chè nhậu nhẹt như đã trở thành "tập quán", "phong tục", "nếp sống". Mấy năm gần đây, Nhà nước xem rượu chè là tệ nạn xã hội và có chủ trương bài trừ. Theo tôi, muốn bài trừ tật nhậu nhẹt thì phải vẽ lại sơ đồ "con đường men", giống như "con đường thuốc lá", để có cái nhìn chung và thấy được nó cũng là vấn đề thuộc về văn hóa, sau đó mới nghĩ ra phương thuốc trị bệnh từ căn gốc.

Bắt đầu từ Sài Gòn trở xuống miền Tây, tửu lượng mạnh thuộc về dân Long An, Trà Vinh, Bến Tre, Rạch Giá, Cà Mau. Người ta nói dân Cần Thơ, An Giang, Vĩnh Long uống "dở ẹt". Bởi để đo tửu lượng, chính những nơi uống "mạnh dạn" là những nơi uống rượu ngon. Rượu trong vắt, đúng "chữ", đốt cháy lửa xanh lè. Uống vào cảm giác như có con rắn lửa chạy lan khắp châu thân. Ở An Giang, Cần Thơ, Vĩnh Long cũng có rượu ngon nhưng rất khó mua, đa số pha trộn lung tung, nhất là cồn. Vùng này ngoài lúa còn có mía ép đường, lấy bọt đường đem đi nấu rượu, nấu cồn. Ở các con rạch Ô Môn, Thới Lai thuộc Cần Thơ hay trên con đường từ Vàm Cống về Long Xuyên, nhiều xóm đua nhau nấu cồn chẳng khác gì kỹ nghệ. Hiện nay nổi tiếng nhất là rượu Gò Đen (Long An). Nhưng rượu Gò Đen đang mất dần chất lượng nếu đem so với rượu Xuân Thạnh ở Trà Vinh. Rượu Xuân Thạnh được nấu với nếp cái, rót ra ly thấy bọt li ti.

Nhưng xứ có rượu ngon vẫn chưa hẳn có tửu lượng cao. Dân miền Tây uống rượu bằng ly nhỏ (ly uống cà phê đen), ly lớn (loại uống nước đá chanh) và ly cối ít được uống hơn, chỉ dành cho các trận hảo hớn thách đố. Năm 1979, có một thầy giáo vô Núi Sập dạy cấp 3. Học trò thách đố, thầy uống được ly cối mới dạy được tụi em. Thầy cầm ly uống nửa chừng, buông ra chết tại chỗ.

Ly nhỏ, cái vạch ngang chia ra phân nửa ly gọi là "*chệt đẻo*". Tiếng nói chơi trở nên thông dụng, ý nói do chệt (người Hoa) đã làm định mức cái ly như vậy. Dân Long An, Bến Tre, Đồng Tháp khi cụng ly thường uống trọn ly rượu. Dân ba tỉnh kia, rượu đã dở, cụng ly cũng chỉ uống tới "*chệt đẻo*".

Như đã nói, "*con đường men*" càng về cuối miền đất nước càng "*tợn*". Từ thị xã Cà Mau trải xuống các huyện U Minh, Năm Căn, Ngọc Hiển rồi vô sâu rừng tràm, rừng đước, chúng ta bắt gặp cảnh tượng uống rượu với ly lớn, đàn bà con gái uống rượu không thua cánh đàn ông. Chẳng hạn như ở xã Rạch Gốc, nơi cuối cùng đất nước nhìn ra hòn Khoai lịch sử, đôi bà mẹ họp nhau vật ngã ba, bốn lít rượu, cười ngất nga ngất nghẻo là chuyện bình thường.

Như vậy, một trong những nguyên nhân dẫn đến nhậu có thể là do người ta phải sống ở một nơi heo hút gần như cắt đứt với cuộc sống bên ngoài, giữa rừng đước mịt mùng. Từ Rạch Gốc về Cà Mau phải ngồi đò từ lúc 3 giờ sáng, đến 6 giờ chiều mới tới nơi. Có những xóm không có đường bộ mà chỉ đi cầu chuyền từ cây đước này sang cây đước kia, nơi đây vẫn còn bao trùm không khí của đất rừng phương Nam ngày hồng hoang. Xung quanh lại dư "*mồi nhậu*" như chồn, cua, tôm, mực... toàn thứ "*chiến*", giúp người ta say trọn để quên nỗi buồn. Bọn đàn ông kéo đi biển thì các bà ở nhà nhậu.

Từ Rạch Gốc đi xa nữa ra các hộ ngoài biển, ngoài các hòn có tiếng như Sơn Rái, Thổ Chu, Cổ Tron, Hải Tặc, Bà Lụa, Hòn Tre... còn có mấy chục hòn lớn nhỏ nhấp nhô trên mặt đại dương, không thể nhớ hết.

Có hòn là một xã, có hòn rộng bao la nhưng không có

người ở vì không có nước uống; có hòn chuối thơ mộng lại chỉ có một gia đình duy nhất gồm hai vợ chồng chủ nhà, bà nội và bốn cô con gái chưa chồng. Các cô cầm nguyên ca rượu uống không khác đàn ông và lái xuồng chạy bon bon giữa biển mịt mùng giăng lưới cá xanh xương (một loại cá dữ có mũi cứng, nhọn, lao tới có thể làm thủng xuồng).

Ở mỗi đảo, gia đình nào tới trước lập nghiệp được gọi là chúa đảo. Nhưng tại hòn Thổ Chu, tôi bắt gặp một mộ bia ghi "*Chưởng môn phái người Nhạn Trắng. Từ trần ngày...*" Tò mò tìm hiểu, hóa ra ngoài chúa đảo, ở nhiều hòn còn có thêm ông "chưởng môn" cầm đầu đám uống rượu. Có thể kể môn phái người Nhạn Trắng, môn phái Cánh Buồm Đen, phái Gió Mùa Đông... giống như trong truyện kiếm hiệp. Ông chưởng môn vào một ngày đẹp trời nào đó, rảnh rang thời vụ, không cần phải đợi dịp cúng kiếng, phát thiệp mời các môn phái khác tới đảo mình quyết đấu. Đồ nhậu ở phía biển thì phải biết là toàn loại "*chiến đấu*"! Cuộc thi tài không kém phần quyết liệt, chia ra làm nhiều đợt. Đợt một kéo dài cho tới buổi chiều, sau đó các môn phái kiểm điểm lại quân số coi ai còn ngồi được. Đợt hai cho tới hừng đông sáng. Nếu còn nữa thì tiếp tục đợt ba. Tiếng hò hét cổ vũ vang một góc biển. Những người đàn bà phục vụ vất vả, họ lo khăn nước cho đám đấu rượu. Có lẽ đây là cái mả chết vì rượu có bia mộ duy nhất ở trong nước! Hiện tại tôi không biết các hòn ngoài Vịnh Thái Lan có còn tục uống rượu đáng sợ nhưng đầy hấp dẫn như vậy không?

Bây giờ, hãy thử tìm hiểu nguyên nhân tệ nhậu nhẹt của dân Nam bộ, đặc biệt là người miền Tây.

Là dân miền Tây, người nào không biết uống rượu sẽ rất ít bạn bè và bị thiên hạ cho là khó chơi, là không xài được (!). Đây là suy nghĩ của cá nhân hay là mỗi vùng đất có đặc trưng một lối suy nghĩ đã trở thành tập quán, ảnh hưởng tới hoạt động thói quen của con người? Xin nói ngay, dân Nam bộ thường có lối "suy nghĩ bằng bụng", tức là dựa vào bụng người, vào sự ăn uống. Thói quen này xuất phát từ việc những lưu dân tìm tới vùng đất mới khai phá, người đi sau luôn cần tới sự giúp đỡ của đồng hương đi trước. Thiên nhiên phương Nam khắc nghiệt nhưng phì nhiêu, trù phú, người lưu dân cần sự gan dạ. Do đó người phương Nam coi trọng bụng hào hiệp, tức là cách cư xử hào phóng ở đời, dựa vào bụng ấy mà đo lường sự tốt-xấu, thiện-ác... Lối "suy nghĩ bằng bụng" như vậy đã trở thành tập quán, nên làm việc gì cũng phải ăn trước, như lúc đi tát đìa, đi cấy, đi gặt... Nếu chủ nhà lo bữa ăn hà tiện, lần sau dù có trả tiền công cao thợ thầy cũng không muốn đến.

Dân miền Tây đánh giá một người bạn trước hết qua việc bụng tốt hay xấu, chịu chơi hay không, sau đó mới nói chuyện tài năng, thông minh. Đã chịu chơi với nhau rồi thì xem nhau không khác gì anh em trong một nhà.

Về văn học ở vùng đất này, theo nhận xét của riêng tôi thì dường như cũng lấy bụng mà rung cảm, phải có cái gì cho ấm bụng rồi sau đó mới chuyển lên đầu để thăng hoa, theo kiểu "được ý quên lời" hơn là xem trọng câu chữ.

Mỗi nếp nghĩ quen thuộc tạo nên bản sắc riêng cho mỗi vùng đất nước. Việc đánh giá điều này hay dở xin dành cho các nhà nghiên cứu, nhưng trước hết phải thấy là chính do nếp nghĩ từ bụng đã sinh ra tật nhậu nhẹt. Cần thay đổi lối "*nghĩ bụng*" đó chăng? Khi người ngày một đông, đất ngày một chật, cuộc sống đã khó khăn hơn trước, hẳn điều kiện thực tế sẽ không cho phép đem bụng ra nghĩ mãi...

ĐƯỜNG THEO SÔNG RA PHỐ

1.

Cầu Nguyễn Trung Trực được quỹ STTK cất lại cho rộng và đổi tên mới là cầu Thanh niên. Hai lần đổi tên mà vẫn còn người quen miệng kêu là cầu Quay, cái tên có đâu từ thuở nào. Cũng vậy, đường Nguyễn Trường Tộ đổi thành Bùi Văn Danh nhưng người ta cứ kêu là đường nhà thờ, vì có ngôi giáo đường cũ kỹ xây từ thời mấy ông Tây ăn trầu. (Ba tôi nói Tây ở Long Xuyên còn học chữ nho, ghiền nước mắm, có vẻ sống chan hòa với dân thuộc địa bản xứ, thật ra là nhằm mục đích cai trị.)

Ký ức cộng đồng có vẻ lộn xộn, mọi thứ như đứng lại bên đời trong khi thời gian bao thay đổi, lung, vũng trở nên cao ráo, thành tuyến cụm dân cư tránh lũ. Tôi có ông chú qua Campuchia dạy học thời Đông Dương, về sau cả gia đình lưu lạc qua Pháp từ lâu không biết tin tức. Chắc là một người bước qua tuổi chín mươi sắp gần đất xa trời bỗng dưng nhớ lại cội nguồn nên viết thơ gởi về. Lá thư ghi địa chỉ đường nhà thờ, may nhờ chú ghi thêm nhà ở chợ Đông An, sát lò heo. Anh phát thư tốt bụng, có tinh thần phục vụ cao mới mò ra nhà. Thật ra là mấy đồng tiền thưởng tạo nên sức mạnh nên lá thơ từ nước ngoài mới tìm đến tay người. Nhưng người nhận thư là bác tôi, đã chết cách đây tám năm, có lẽ lần đầu tiên anh phát lá thư gởi cho một người đã chết. Tôi cũng ngẩn ngơ nhưng nhớ mang máng cô, bác lúc còn sống có nhắc chuyện cũ về chú nên ký tên nhận.

2.

Nếu chọn biểu tượng cho thành phố Long Xuyên thì tôi xin chọn sông Long Xuyên và con đường Bùi Văn Danh chạy dọc theo bờ sông. Lý do là thành phố Long Xuyên bắt đầu hình thành từ đây trải qua nhiều giai đoạn lịch sử vui buồn, nước sông bao năm cứ đục rồi trở lại những ngày xanh trong. Lý do thứ hai là thành phố mà có một con sông rộng chảy qua là quà tặng của thiên nhiên, ít nơi có. Cầu Hoàng Diệu, trường Thoại Ngọc Hầu, công ty cấp nước, nhà thờ, cục thuế, Sở giáo dục quanh bờ sông được thay da đổi thịt trở thành cụm kiến trúc hài hòa với thành phố non trẻ tràn trề sức sống. Điều này như nằm ngoài ước muốn của dòng sông.

Lần giở sử cũ, thấy ghi lại được mấy dòng. Ban đầu sông là con rạch Tam Khê, phát nguồn từ sông Hậu. Rạch tự nhiên nhỏ, không được thẳng. Thoại Ngọc Hầu thấy được vị trí chiến lược kinh tế của nó, cho đào vét thẳng hướng về núi Sập cho thông nước ra biển. Tiếng tăm nó thua Vĩnh Tế, vì Vĩnh Tế là con kinh nhân tạo, nằm sát biên giới; nhưng Tam Khê lại là con kinh đầu tiên của An Giang được người đào vét. Sau đó Tây cho sán múc hai lần nữa. Ở Núi Sập, sông được mang tước của ông Thoại Ngọc Hầu, gọi là Thoại Hà. Ở ngoài vàm 1789 thủ Đông Xuyên có một đồn nhỏ dựng lên để kiểm soát tàu bè qua lại, rạch được đổi tên thành sông Đông Xuyên.

Chưa thấy ai chỉ rõ vị trí cái đồn ở đâu. Nhưng có người ước đoán, ngày xưa ngoài sông Hậu là bãi sình lầy, vàm sông nằm phía trong, thủ Đông Xuyên cái đồn nằm ngay đầu cầu Hoàng Diệu, về sau Tây xây thành Săng Đá lên nền cũ ấy, hiện nay nó là quân y viện, bệnh viện Bình dân và khu hưu trí. Sự ước đoán dựa vào việc năm xưa dân chúng ở quanh đây trong lúc làm nhà đào được gươm, giáo thuở cựu trào.

Năm 1876 khu thương mại hạt Long Xuyên hình thành, một lần nữa sông được đổi tên thành sông Long Xuyên, cho đến ngày nay. Đi về trong thời gian hai chiều giữa quá khứ và hiện tại, một hai trăm năm nào có xa xôi gì. Nói là sống "*thất thập cổ lai hy*", chứ thật ra người ta sống lâu hơn cái tuổi, nhờ vào lịch sử, vào ký ức cộng đồng. Tuổi bảy mươi chất chứa nhiều thứ trong đầu nên tục ngữ nói: "Đi xa hỏi người già."

Bây giờ xin quay về chuyện của chú tôi với lá thư gởi về, toàn là những hồi tưởng của chú bảng bảng như mây cuối chân đồng xa. Ráp nối những gì đọc trong sách với kỷ niệm, ký ức của chú. Khi Tây đến sông bắt đầu lỡ, hóa ra từ xưa ông tôi đã có cái nhà nghỉ mát bên bờ sông rồi bị đất lỡ trôi đi. Cây cầu gỗ bắc qua sông Long Xuyên được thay bằng cầu sắt năm 1892, tên là cầu Henry (thiếu tá Henry là chủ tỉnh lúc bấy giờ). Năm 1938 cầu được đúc bê tông, vật liệu đưa từ Pháp qua. Sau đó Tây đi, đến năm 1950 cầu được đổi thành tên Việt là cầu Hoàng Diệu.

Chợ Long Xuyên lúc mới mở còn rất lụp xụp, hoang vắng, một hai dãy nhà giữa những lau sậy. Đường Bùi Văn Danh đã có trước chợ, là con đường cao ráo tập trung nhiều nhà cửa chủ điền giàu có, nhà ngói đỏ nhìn ra bờ sông. Nhờ chú, tôi được biết, chùa chiền hay tìm chỗ vắng vẻ, nhà thờ trái lại chọn chỗ thuận tiện đông người. Điều này nói lên vị trí của đường Bùi Văn Danh ngày xưa. Khu vực nhà thờ sung túc có tiệm bán xe đạp, tiệm ăn, hiệu thuốc Bắc, xây chuồng nuôi cá sấu từ biển Hồ về để lấy thịt (hóa ra phong trào nuôi cá sấu hiện nay vốn có từ xưa).

Chợ Long Xuyên chưa được vui lắm, nhưng đường Bùi Văn Danh trên bến dưới thuyền, hãng dầu Standard-oil chứa mấy ngàn thùng phi tương đương 200.000 lít dầu. Chợ Đông An tuy nhỏ nhưng có bến tàu, tàu của Rạch Giá, Núi

Sập ra, có cả tàu đi Nam Vang ghé qua đón thêm khách. Kế bên chợ là lò heo. Mỗi đêm lò heo mổ mấy trăm con, có kiểm dịch thú y, cung cấp thịt cho cả Long Xuyên và một phần cho các xã của hai huyện Thoại Sơn, Châu Thành, lúc đó các xã chợ búa heo hút chưa mở mang. Tây lấy đất ông nội tôi mở lò sát sinh. (Chuyện đất cát từ ông cố hỷ mà chú vẫn còn nhớ dai dẳng, đúng là *nhất hậu hôn nhì điền thổ*. Có vẻ như chú nhắc anh em mình chưa quên, không ngờ anh em chết cả rồi, còn mình chú giống như Từ Thức trở về trần, đám con cháu chẳng ai biết cả!)

Lò sát sinh, bến tàu, hãng dầu ở đây là một trong 4 hãng dầu ở An Giang, góp phần làm nên bộ mặt kinh tế lúc bấy giờ. Hàng hóa lưu thông nhộn nhịp dựa vào dòng sông, lan ra mấy xứ Đông Dương (Việt, Miên, Lào). Nhiều tầng lớp tham gia như tư bản Pháp nắm độc quyền xăng, dầu, phân phối trữ lượng lớn (bốn hãng dầu ở An Giang có cả triệu lít). Pháp cũng nắm tàu bè buôn các món hàng từ chính quốc qua (hãng dầu bị đốt cháy năm 1946) sau đó Pháp buộc phải nhường quyền lợi cho người Hoa, họ còn phát triển kinh tế mạnh mẽ hơn Pháp, nhất là việc mua bán lúa gạo, hầu như người Hoa độc quyền không ai tranh lại.

Khi Ngô Đình Diệm lên, buổi ban đầu giao thông vẫn tiếp tục dựa vào đường thủy. Họ Ngô cho sửa con đừơng ven sông chạy dài vô huyện Thoại Sơn và theo con đường này vô khu trù mật Ba Thê kinh lý. Vài năm sau, giao thông đường bộ phát triển, các ngã hương lộ mở ra cho xe cộ. Con sông lùi về vị trí thứ hai (kể cả kinh Vĩnh Tế lừng danh mà hiện nay đã có chương trình nạo vét phục hồi). Đường Bùi Văn Danh bước vào những ngày buồn, nhường vị trí của mình cho hương lộ mới tức là đường Hà Hoàng Hổ ngày nay.

3.

Tôi sinh năm 1950, thời của tôi chưa xa lắm. Con đường ven sông qua phố, nhớ lại giống như kể câu chuyện cổ tích. Thành phố Long Xuyên cũng còn nhiều chỗ ẩm thấp sình lầy. Vườn hoa trước cửa nhà thờ mới hiện nay khi ấy là một vườn xoài rậm rạp, xe ngựa từ ngoại ô về đây cùng với năm ba chiếc xe đò cũ kỹ. Ngựa vãi phân xanh lè rồi khô tự nhiên trong nắng. Không khí tỉnh lẻ đìu hiu, đêm xuống những ngọn đèn tờ mờ, tiếng xe mì gõ lốc cốc, lốc cốc...

Chiến tranh tạm chấm dứt, bắt đầu một cuộc chiến mới, những người không đi tập kết trở về hòa mình vào quần chúng. Dân số chợ Long Xuyên tăng lên, nhất là ở đường Bùi Văn Danh, do dân các nơi như Miệt Thứ, Rạch Giá, Cà Mau tản cư đến rồi không chịu về, ở lại Long Xuyên lập nghiệp, sinh con đẻ cháu. Từ những người có ruộng vườn sống nhờ nghề nông, sống ở chợ hóa thành những người lao động, buôn bán, nhà cửa lụp xụp chen theo bờ sông.

Bước qua cuộc chiến mới, con đường mang bộ mặt mới như là một khu quân sự, trên bờ đầy lính tráng. Lính của giáo phái, các đại đội được đánh số từ 1 đến 52, gọi là các đại đội số. Ở chợ Đông An là đại đội 40. Dưới sông tàu sắt chạy rầm rập, tàu của phe Ngô Đình Diệm truy lùng những ai chưa chịu quy hàng như Ba Cụt.

Ấn tượng của tôi về dòng sông thơ ấu buổi đầu đời là vậy, 5 giờ chiều lính ngoài đồn săng đã tập hợp thổi kèn tò te ti té. Trong này, trên nền hãng dầu ngày xưa trở thành trại, lính cũng thổi kèn tò te ti té (lính của ông đội Bốn chục, của thiếu tá Huê, của thiếu uý Lô). 5 giờ chiều cũng là lúc nước lớn, rác và phân của chợ Long Xuyên thả trôi đầy sông. (Lúc ấy nhiều phố vẫn chưa có cầu tiêu, mỗi chiều có người đổ thùng đem đổ xuống sông) Đa số người dân chưa có nước máy, phải đợi cho nước sông thật là lớn, trôi hết các thứ dơ bẩn đi rồi mới gánh nước lên mà xài. Và tôi cũng đã nhiều lần thấy thây ma bị mổ bụng, cắt đầu chết sình không biết thuộc phe phái nào, mấy ngày sau không ai dám xuống tắm rửa.

Ở đâu có lính tráng, ở đó có bao tệ nạn như đá gà, cờ bạc, hốt me... Mấy ông đội tuyển mộ được bao nhiêu quân được giáo phái phong chức gì đó, nhưng phải tự lực nuôi quân. Mà làm sao tự lực được khi mỗi ông phải nuôi cả trăm quân sĩ, nên có nhiều ông đành phải làm càn, như đi bắt cóc người đòi tiền chuộc... Trên sông Long Xuyên dài vô các ngọn rạch vắng vẻ có biết bao nhiêu vụ bắt cóc xảy ra, biết người bắt mình mà không dám nói ra. Khi về với phe quốc gia được phát lương, nghề cũ không còn nhưng vẫn quen thói ngang tàng, các ông đội xoay qua chứa đề, hốt me, cờ bạc lấy xâu để đủ tiền tiêu xài.

Chợ Đông An nhờ đám lính tráng nhậu nhẹt suốt đêm, và thêm đám ăn chơi khuya tháp tùng theo, chợ vụt nổi tiếng nhờ món cháo lòng. Bí quyết của cháo lòng Đông An chẳng qua do nấu nhiều, lượng thịt nhiều - đám thợ làm heo một người gởi vô nồi cháo một đùm gan phèo nhờ luộc giùm để lúc tan ca ra nhậu giải nghể, nên nồi cháo ngọt tự nhiên. Hiện nay lò heo đã được dời đi để bảo vệ môi trường con sông, nhưng danh tiếng cháo lòng Đông An vẫn còn. Dân bán cháo ở Long Xuyên hay đem danh tiếng này ra như một thương hiệu, nhưng cháo chẳng bao giờ ngon bằng ngày trước.

Long Xuyên vào những năm này có nhiều trận cháy lớn, mỗi trận thiêu rụi vài trăm căn nhà. Trận lớn nhất là đám cháy ở khu vực nhà thờ, qua hai ngày sau vẫn còn khói nóng nghi ngút. Đám cháy quá lớn nên mấy chục năm trôi qua Long Xuyên vẫn còn nhớ. Người ta nghi ngờ họ Ngô vì muốn dẹp các khu ổ chuột nên ngầm sai người châm lửa đốt nhà. Lý do nghi ngờ, có lẽ là vì Trần Lệ Xuân cùng tay chân bộ hạ lúc đó đang thầu vật liệu xây dựng sắt, thép, xi măng, tôn lợp nhà, dây kẽm gai... Cả gia đình họ Ngô làm kinh tài cũng ghê lắm, từ Sài Gòn vơ tay với khắp nơi. Một vài trại cưa ở huyện Chợ Mới có dính dáng với Trần Lệ Xuân, mượn thế lực để lấy gỗ từ Campuchia về.

4.

Hương ơi có phải mày không?
Sông nọ hóa ra ta có.

Hai câu thơ mộc mạc này của ai? Chính là thơ của cụ Phan Bội Châu. Nếu không có một tình yêu quê hương sâu sắc, cụ đã không viết ra được hai câu vô cùng mộc mạc để nhiều người nhớ. Qua đây rõ ràng thấy cụ Phan xác nhận mối tương quan giữa sông Hương với mình, người của thành phố Huế mơ mộng. Mà không riêng gì dòng sông Hương, tên tuổi các thành phố lớn trên thế giới đều gắn chặt với dòng sông. Thật khó hình dung kinh đô ánh sáng Paris không có dòng sông Sein, Thượng Hải không có sông Hoàng phố...

Nhưng với sông Long Xuyên, người ta đã đối xử như thế nào? Sau ngày giải phóng, nó trở về với vị trí ban đầu mà người ta đã chọn lập ra chợ Long Xuyên bên sông. Lúc này chắc là ai cũng thấy, sau giai đoạn lở, lạ sao sông bước sang giai đoạn bồi, dòng chảy như thu hẹp lại. Thật ra lâu rồi, trải qua hai thời kỳ chiến tranh, người ta đã lãng quên không nạo vét con sông cùng các con rạch phụ cận. Ngoài vàm sông Hậu, bên này khu chợ cá, bên kia bãi cát trước bệnh viện, nhà cửa hai ba lớp chen nhau thành các khu ổ chuột, cứ lấn mãi ra sông. Hai bên bờ dài theo cầu Hoàng Diệu, dài vô chùa Phước Hậu, ở đâu có người là có ma, có tệ nạn, có rác rưởi, dân nghèo chẳng mấy khi ý thức về vệ sinh môi trường, thuận tay là vất rác xuống sông. Ác hại thay, nhà máy nước

Long Xuyên lại ở ngay chân cầu Hoàng Diệu. Hồi trước, Tây nó chọn vị trí xây nhà máy nước ở đây là vì sông còn sạch sẽ, nước chảy mạnh, dân ít, lượng tàu ghe mua bán đậu bến Long Xuyên cũng ít. Giờ đây sông đã hóa ra dơ bẩn, nước ở đó mà hút lên cung cấp cho thành phố thì không còn sạch nữa, nên năm 2000 nhà máy đã phải dời đi, chỉ còn bộ phận hành chánh ở lại.

Về con đường Bùi Văn Danh là một trong những con đường chính của thành phố, ở vào địa điểm trước đây tấp nập, giờ lại giống như con đường không tên. Trong dĩ vãng, đường được tráng nhựa một lần để cho Ngô Đình Diệm đi qua, sau đó dường như bị lãng quên, nhựa đường tróc ra, lởm chởm đá và đầy ổ gà. Đứng trên cầu Hoàng Diệu nhìn về đường Bùi Văn Danh thấy nhà lá, nhà tôn thiết chen nhau dài theo đường... Đêm xuống, hàng cột đèn có đâu từ thời Tây thả bóng yếu ớt xuống dòng sông, xóm lụp xụp, nội thành mà hệt như ngoại ô. Thật tình coi không được, không trân trọng dòng sông, món quà thiên nhiên như dành tặng cho đất này.

Nhưng Long Xuyên sau ngày giải phóng còn có biết bao công việc phải làm. Và tỉnh An Giang đang có cách làm riêng. Trong khi các tỉnh bạn ở đồng bằng sông Cửu Long những năm đầu tiên lo cái ăn, cái mặc cho dân, bên cạnh đó vẫn bắt tay vào việc kiến thiết, xây dựng bộ mặt thành phố, các trụ sở uỷ ban, cơ quan được làm mới... Lúc ấy, trụ sở An Giang vẫn còn ở trong những ngôi nhà cũ, tập trung mọi nỗ lực lo cho nông thôn. Đường sá, cầu cống, kinh mương, điện nước, bệnh xá, trường học... bao nhiêu việc phải làm trước cho nông thôn, đó là quan điểm của An Giang. Nó vừa là bộ mặt của nông thôn, cũng vừa là yếu tố cơ sở để dựa vào đó làm thay đổi tập quán trồng lúa mùa theo vụ mùa nước nổi chuyển qua làm nhiều vụ.

Cuối cùng rồi An Giang cũng đạt tới mục đích đưa sản

lượng lúa lên triệu tấn, rồi lên triệu hai tấn, đứng đầu cả nước. Đời sống nông thôn bắt đầu giàu có hơn nhờ lúa, nhờ vào sản xuất chăn nuôi, nhất là cá basa.

Người An Giang trong giai đoạn này đi tới đâu cũng nghe bạn bè so bì, khen tỉnh An Giang giàu lúa triệu tấn. Nghe khen cũng nở lỗ mũi, nhưng trong bụng không khỏi buồn ấm ức, vì khi so với bạn bè, chẳng nói đâu xa, như so với Đồng Tháp, Vĩnh Long thôi, lúc này nhà cửa phố xá đều đẹp hơn, khang trang hơn... Các công trình xây dựng như hội trường, nhà văn hóa, sân vận động... cái gì cũng đều đã có trước. Ấy vậy mà tỉnh An Giang, thành phố Long Xuyên cứ thủng thỉnh bước đi của mình, giống như câu ca dao: "*Thủng thỉnh như chúng tôi đây, - chẳng đá nào vấp chẳng dây nào quàng.*"

Cho đến khi có quyết định Long Xuyên trở nên thành phố. Bấy giờ, người ta mới chợt nhận ra thành phố Long Xuyên đã trở nên xinh đẹp làm sao, thật xứng đáng với tầm vóc trung tâm chính trị, kinh tế, văn hóa và khoa học kỹ thuật của tỉnh An Giang. Nhưng thành phố được kiến thiết, chỉnh trang từ bao giờ thế?

5.

Quay trở lại với ký ức cộng đồng, đặc điểm của nó là không có cụ thể ngày, tháng, năm chính xác, khác với lịch sử. Có ai hỏi đến hoặc nhân sự việc gì người ta mới dần dần nhớ lại.

Và cũng nhân sự kiện Long Xuyên trở nên thành phố, người ta mới nhớ lại thì ra việc chỉnh trang phát triển xây dựng Long Xuyên đã khởi đầu từ đâu đó khoảng năm 1985. Vào năm này, những công trình cơ sở hạ tầng, cơ sở phúc lợi đã dần hình thành, kịp thời đúng lúc năm 1999 Long Xuyên có quyết định lên thành phố.

Bước qua năm 2000, một cây cầu mới cặp theo cầu Hoàng Diệu trở thành cây cầu đôi, nó cùng các công trình xung quanh như Sở Giáo dục, trường Thoại Ngọc Hầu, Cục Thuế, nhà máy nước... khiến quang cảnh thành phố Long Xuyên thay đổi hẳn, sáng sủa lên.

Sông Long Xuyên bắt đầu lộ ra vẻ đẹp của nó, rất nhiều người chạy xe qua đây chạy chậm lại, để ngắm sông lượn lờ qua thành phố. Dân tỉnh bạn đến tham quan Long Xuyên đều ghé đây, loay hoay tìm góc chụp hình. Dòng sông, cầu Hoàng Diệu là đề tài cho các nhà nhiếp ảnh tha hồ bấm máy.

Chính nhờ bộ mặt của dòng sông đã lấy lại vẻ tươi trẻ nên việc di dời giải tỏa nhà cửa dọc đường Bùi Văn Danh trở nên dễ dàng. Ai cũng biết, việc di dời giải tỏa làm đảo lộn cuộc sống người dân, tiền bồi thường trả bao nhiêu người dân cũng chưa thấy thoả đáng, đến nay dân ở khu vực cồn Phó Huế vẫn còn thưa kiện. Nhưng với đường Bùi Văn Danh, dân chúng tự có ý thức về một viễn cảnh phố xá rộng rãi xinh xắn, tự ý thức về việc bảo vệ vệ sinh môi trường cho dòng sông, nên hầu như không xảy ra việc khiếu nại, tranh kiện nào.

Dòng sông đã trở lại vị trí vốn có mà giống như được trải qua một cuộc giải phẫu thẩm mỹ để chảy qua Long Xuyên. Đứng trên cầu Hoàng Diệu nhìn về một khoảng không gian cao rộng hiện ra trong tầm mắt, những ngôi nhà xinh đẹp tiêu biểu cho bộ mặt thành phố, hàng phượng vĩ với ghế đá đặt dài dọc theo bờ sông, mỗi sáng thu hút bao người dậy sớm chạy ra tập thể dục. Buổi chiều, những ghế đá ven sông có các cụ già ngồi hóng mát, những cặp tình nhân, và còn có một thế hệ trẻ - chẳng hạn như con tôi - chiều chiều hay kéo ra đây chơi đùa. Thế hệ trẻ đang hình thành một ký ức mới thật tươi đẹp về thành phố, nhất là cứ đều đặn mỗi năm đến tết, đường Bùi Văn Danh lại tưng bừng một chợ hoa, với ghe chở bông tết các nơi đổ về vàng tươi cả khúc sông, những hình ảnh làm người ta nhớ mãi không quên.

Hiện nay, đường Bùi Văn Danh chỉ vừa được nâng cấp đến đoạn ngang tòa án thành phố, vì thành phố còn thiếu kinh phí. Theo dự định, sông Long Xuyên dọc đường Bùi Văn Danh khi kiến thiết hoàn chỉnh sẽ có kè đá chống sạt lở chạy dài tới cầu Tôn Đức Thắng, băng qua những xóm nghề làm lưỡi câu, xóm bánh tráng có vườn tược mát mẻ êm ả. Hy vọng vẻ đẹp của sông sẽ làm thức dậy tiềm năng du lịch. Thử hình dung ngày sau, thành phố muốn có được dòng sông xinh đẹp chảy qua sẽ còn có biết bao nhiêu việc phải làm, tốn kém nhiều tiền lắm... Nhưng ta vẫn có thể làm từ từ, mỗi năm một chút... Khi có được một con sông xinh đẹp, tươi mát chảy ngang qua thành phố, chính con người ta cũng sẽ đẹp hơn. Sẽ có nhiều bài thơ, khúc nhạc được gợi lên từ dòng sông. Sông thì thầm hát ca cùng thành phố trẻ mãi theo thời gian.

NƯỚC NON NGÀN DẶM

Có người gọi con đường nối liền Bắc Nam là quốc lộ, người khác lại kêu là đường Xuyên Việt. Riêng với tôi, con đường hiện diện trong tâm thức của mình bằng cảm nhận siêu hình lẫn hữu hình là "đường cái quan", theo lời ăn tiếng nói của người xưa, cũng như sông lớn được gọi là sông cái.

Cái có nghĩa là mẹ, lòng mẹ là không gian rộng lớn bao la, dung chứa hết và phát nguồn ra mọi sự vật. Có thể đây là một cảm giác âm tính. Ngồi trên xe dọc theo đường cái quan, nhìn ngắm phong cảnh đất nước, một bên đèo cao núi đồi chập chùng, một bên là biển rộng mênh mông không bờ. Rồi xe qua những thành phố thị tứ tập trung đông đúc. Có đoạn hàng trăm cây số xe như chạy giữa triền cát trắng cằn khô, hàng dương biển phất phơ, xa xa mới thấy một xóm nhà. Tự nhiên tôi nhớ đến những câu ca dao:

"Hỡi anh đi đường cái quan,
Dừng chân đứng lại cho em than đôi lời.
Đi đâu mà vội anh ơi,
Cho em nhắn gởi mấy lời nhớ thương."

Đó là lời của một cô gái lấy chồng xa, giang sơn cách trở, phương tiện giao thông không có, lấy chồng rồi coi như đi biệt, ít có dịp trở lại nhà. Không biết tôi thuộc câu ca dao ấy từ lúc nào. Và từ câu ca ấy đến tất cả góc nhìn đường cái quan thu vào đôi mắt, tâm hồn tôi, từ hiện tại bâng khuâng, hình ảnh những người đàn bà gánh cá từ mé biển chạy phăng phăng băng qua đồi cát nóng bỏng cho kịp buổi chợ... tự nhiên đôi mắt tôi vụt chuyển về một thuở xa xăm...

Một hình ảnh từ trong truyền thuyết hiện ra, là truyền thuyết mà lại chính xác nhất không hề làm suy suyển những gì mình nhìn thấy. Đó là hình ảnh mẹ Âu Cơ xuôi theo đường ra biển cùng với năm mươi người con. Truyền thuyết không nói rõ những ai đi theo mẹ, là những người con trai hay một bầy con gái chân yếu tay mềm... Tôi nhớ nhiều người đã tranh cãi, đâu là tính chính xác của câu chuyện. Người ta muốn việc gì cũng phải mang tính khoa học, chính xác, để rồi không thấy được hình ảnh mẹ Âu Cơ dẫn con ra biển, nó dự báo lịch sử đất nước trải qua bao giai đoạn thăng trầm, cuối cùng lại mở ra trên con đường cái quan với lịch sử của tình yêu.

Đất nước ta quen thuộc với hình ảnh các bà mẹ. Thế giới các bà đầy những huyền thoại, từ mẹ Âu Cơ đến nàng Mị Châu với chiếc áo lông ngỗng trắng tinh thắm máu đỏ rắc dài theo đường đi. Đền thờ của các bà trải dài từ Bắc chí Nam, viết nên lịch sử tình yêu huyền thoại, nhưng có rất nhiều nhân vật sống thật, mở ra lịch sử con đường cái quan. Từ thế kỷ thứ mười lăm trở về trước, đồng bằng Bắc Bộ quen thuộc với Ỷ Lan Thánh Mẫu, cô gái hái dâu được phong làm hoàng hậu, cùng vua chăn dân trị nước, xứng đáng bậc mẫu nghi thiên hạ. Từ miền Trung trở vào người ta quen với mẫu Kỳ Anh, tức bà Nguyễn Cơ Bích Châu, có đền thờ ở huyện Kỳ Anh, tỉnh Hà Tĩnh...

Trong văn học sử nước nhà, có bốn tác phẩm được ghép chung vào một thành ngữ "*hịch, cáo, sớ, thư*". Lần lượt theo thời gian, ta có "*Hịch tướng sĩ*" của Trần Hưng Đạo, "*Thất trảm sớ*" của Chu Văn An, "*Bình Ngô đại cáo*" của Nguyễn Trãi. Nhưng rất ít người biết đến "*thư*" chỉ cho bản văn mà một cung nữ, tức bà Bích Châu, dâng lên vua Trần. Đó là bản văn "*Kê minh thập sách*" gồm mười điều bàn việc trị nước:

"Một là phải bền gốc nước, bỏ bạo tàn.
Hai là giữ nếp xưa, dứt phiền nhiễu không rối kỷ cương.
Ba là phải sa thải quân sâu mọt, ngăn kẻ lộng quyền.
Bốn là phải trừ lũ tham ô để dân khỏi khổ.

Năm là phải chấn hưng phong hóa cho xã hội sáng tươi.
Sáu là cầu người nói thẳng, rộng đường ngôn luận.
Bảy là phải chọn người tài, chớ nể con ông cháu cha.
Tám là phải tuyển quân có sức mạnh, đừng chọn người đẹp mã.
Chín là khí giới phải sắc bén, không chuộng hình thức.
Mười là trận pháp phải chỉnh tề, không cần phô trương."

Có thể nói, tất cả mười điều trong *Kê minh thập sách* cho đến nay vẫn còn thiết thực với xã hội. Tiếc thay, vua Trần Duệ Tông không nghe theo và bỏ qua, quên lãng. Về sau, nhờ có bà Đoàn Thị Điểm viết lại câu chuyện của bà Bích Châu và công bố *Kê minh thập sách* cho mọi người biết. Câu chuyện của bà Bích Châu khiến cho ai đi trên đường cái quan ngang qua Hoành Sơn, nhớ đến người xưa không khỏi bùi ngùi.

Về sau, vua Trần Duệ Tông đi đánh trận với Chiêm Thành, bà là nữ nhi vẫn xin đi theo xe ngự giá. Chiến thuyền ra giữa biển gặp phải bão lớn không tiến lên được. Vua nằm mộng thấy thủy thần hiện lên đòi phải gả cho mình một cung phi. Trong lúc vua Trần lúng túng chưa biết xử lý thế nào thì bà Bích Châu đã tự nguyện làm vật hiến tế gieo mình xuống biển. Cái chết của bà đã chứng minh phái yếu không thua gì cánh mày râu, đó là nhờ sức mạnh của tình yêu. Nhân dân lập đền thờ, xem bà như vị nữ thần. Các vị vua đời sau như vua Lê Thánh Tông cũng tôn vinh bà, phong cho bà tước hiệu "Chế Thắng Phu nhân" với ý nghĩa bà dù có hy sinh nhưng vẫn là người chiến thắng.

Dọc theo đường cái quan, vượt qua mỗi ngọn đèo, rõ ràng là hình bóng, tên tuổi các bà luôn nổi lên hàng đầu, sau đó mới kể đến các tên tuổi khác. Đến Hoành Sơn nhớ bà Bích Châu, qua Đèo Ngang nhớ bà Huyện Thanh Quan với bài thơ "Qua Đèo Ngang" thật bùi ngùi:

"Nhớ nước đau lòng con quốc quốc,
Thương nhà mỏi miệng cái gia gia."

Khi xe chầm chậm vượt qua đèo Hải Vân, chẳng có ai nhắc mà bóng dáng Huyền Trân Công chúa từ trong ký ức đất nước bỗng lừng lửng hiện về, với câu hát Huế "*nước non ngàn dặm ra đi*". Bà như là bằng chứng cho một tiền định để con đường cái quan trở thành con đường của tình yêu, và theo bước chân đó, bước chân người Việt mở rộng về phương Nam hai châu Ô, Lý tức miền đất thuộc tỉnh Bình Trị Thiên ngày nay.

Sử Chiêm Thành viết về đám cưới của Chế Mân với Huyền Trân, miêu tả mối tình hai người rất thơ mộng. Sau hôn lễ, hai người đưa nhau dạo chơi khắp non xanh nước biếc, đi đến tận Phan Rang tắm suối nước nóng Vĩnh Hảo. Đến đây như là thiên mệnh. Sau khi Huyền Trân hạ sinh thái tử, Chế Mân lâm bệnh qua đời. Thượng hoàng Trần Nhân Tông sợ con bị hoả thiêu theo tục lệ Chiêm Thành liền sai Trần Khắc Chung sang đón Huyền Trân về nước. Khi về đến nhà, công chúa bỏ vào động Hương Sơn cất am tu hành và thờ Chế Mân, chứng tỏ mối tình Chiêm Việt kéo dài hai năm ngắn ngủi nhưng đó là mối tình sâu đậm. Bà trở thành bậc chân tu đạo hạnh, vị ni sư thuộc hàng đầu chức sắc Phật giáo Việt Nam thời ấy.

Tiếc thay cho các nhà viết sử của ta, đã xem chuyện gả Huyền Trân giống như vua nhà Hán gả Chiêu Quân cho Hung Nô. Thay cho mối tình Chiêm Việt, những người trước đó phản đối đã dựng lên câu chuyện "châu về hiệp phố", cho tướng Trần Khắc Chung là người yêu cũ của Công chúa Huyền Trân, lại cho hai người gặp nhau rồi thuyền lênh đênh trên biển kéo dài tới 8 năm sau mới về đến đất nước...

Các cuộc hôn nhân chính trị, ngoại giao thực tế từng diễn ra ở nhiều nước trên thế giới. Theo quan điểm chép sử của ta, rất tiếc là người ta xem đó như chuyện sĩ diện, chuyện xấu nên giấu đi.

Dù sao, chuyện công chúa Huyền Trân người sau vẫn còn biết được, đã đưa hình ảnh bà vào thơ ca, vào âm nhạc. Còn có những người con gái khác mà sang các thế kỷ sau ít được ai nhớ đến, mặc dù vai trò của họ một lần nữa vẫn nổi bật lên để tiếp tục điều tiền định, để con đường cái quan tiếp tục xuôi về phương Nam.

Có một chuyện mà quốc sử triều Nguyễn không nhắc đến, nhưng thấy nguồn sử liệu nước ngoài có ghi chép. Nhật Bản khẳng định là chúa Sãi Nguyễn Phước Nguyên có bốn cô công chúa. Một thương gia người Nhật tên là Araki Shutaro, tên Việt là Nguyễn Taro, là chủ một thương điếm ở Hội An, đã được chúa Sãi gả công chúa Ngọc Khoa. Hai vợ chồng họ có vai trò rất lớn ở vùng đất này, một thời Hội An vang bóng trong khung cảnh mua bán tấp nập trên bến dưới thuyền.

Người thứ hai là công chúa Ngọc Vạn, đẹp người, đẹp nết, đã gả cho quốc vương Chân Lạp They Chetta II. Bà rất được lòng Hoàng gia, được tin cậy và thường được hỏi ý kiến về việc triều chính.

Quốc Vương qua đời, bà trở thành Hoàng Thái Hậu giúp con trai củng cố ngai vàng. Người Việt được mời vô triều đình làm quan, người Minh Hương được tự do mua bán. Kiệu bà đi tới đâu đều được đón rước như Phật sống. Nhờ bà, Quốc Vương They Chetta II đã quyết định cho Chúa Sãi đưa người Việt đến làm ruộng khai khẩn vùng Prey Nokor, tức Sài Gòn Gia Định ngày nay. Đây là vùng đất rừng rậm ẩm ướt, mà dân Chân Lạp vốn thích chỗ khô ráo nên không để ý đến, bỏ hoang.

Công chúa Ngọc Vạn là một quý nhân biết nhiều thứ tiếng như Khơ-me, Hoa, lại biết cả tiếng Hán để đọc kinh Phật. Bà góp phần rất lớn ở miền đất mới khai khẩn, đồng thời phát triển đạo Phật Đại thừa. Người Việt, người Chiêm, Khơ-me, rồi sau đó còn có tàu người phương Tây kéo đến vùng Prey Nokor, đều gọi bà với cái tên thân mật là Cô Chín. Họ còn tôn xưng bà là Bà Chúa Xứ (bà chủ một vùng đất).

Có người quả quyết Bà Chúa Xứ ở Nam Bộ là hình ảnh của công chúa Ngọc Vạn, nhưng vì có phong trào Tây Sơn, dân chúng sợ Tây Sơn nên hình ảnh đó được biến hóa thành thần thánh đi vào tín ngưỡng nhân gian.

Vừa qua, Hội Văn nghệ đã tạo điều kiện cho hai đoàn nhà văn Tây Bắc và Đồng bằng sông Cửu Long ở hai đầu Tổ quốc được dịp gặp nhau, trao đổi giao lưu. Tuy nói là chung một đất nước nhưng trái tim người vốn dễ mang nặng tính địa phương chật hẹp, nếu không nhờ những chuyến đi như vậy, trái tim mỗi người chưa chắc đủ rộng mở để hòa nhập trọn vẹn vào nhịp đập chung của đất nước.

Còn nhớ, khi đoàn nhà văn Tây Bắc đến An Giang, trong lúc trò chuyện thân mật, tôi có hỏi một anh bạn cảm giác về chuyến đi. Anh trả lời hồn nhiên: "Mình có cảm giác như con cá bơi ra biển." Sao lại là con cá, có phải đây là lối ví von đầy hình ảnh quen thuộc của người miền núi? Anh cười thật thà. Hóa ra vùng Tây Bắc tịch mịch vắng vẻ bao nhiêu, khi đi dọc theo bờ biển miền Trung vào đến Nam Bộ, khung cảnh như trái lại, mở ra, người đông náo nhiệt bấy nhiêu. Tất cả trở nên lạ mắt, nên cũng rất đúng khi anh có cảm giác mình như con cá lội ra biển.

Phần tôi ngược lại, men đường cái quan ngược về Tây Bắc xe chạy dọc theo sông Hồng, Sông Lô rồi Đà Giang, cảnh vùng rừng núi hiu hắt làm cho tâm hồn người như chơi vơi buồn theo hiu hắt. Ngồi trên xe tôi thì thầm hát: "Ai qua bến Đà Giang, cho tôi nhắn vài câu. Thương về mái tranh nghèo bên hàng cau..." Bài hát xưa rồi, không nhớ ai là tác giả.

Nhưng mà điều gì đang diễn ra trong lòng tôi? Chợt nhớ lại anh bạn khi thăm miền Nam anh có cảm giác như con cá bơi ra biển, hóa ra tôi cũng có cảm giác mình là một con cá đang lội trong nước không tách rời. Đó chẳng phải là con cá vui của Trang Tử, mà là con cá hồi từ biển xa vạn dặm đang lội về nguồn.

Lượt về, cảm xúc âm tính quen thuộc vẫn còn đó, tiếp tục theo khúc hành trình. Qua Đèo Ngang, Đèo Hải Vân... vẫn những hình bóng cũ như lượn sóng gợn trên mặt hồ xa bờ ký ức. Đến Đà Nẵng, xe rẽ qua đường mòn Hồ Chí Minh. Con đường này đến nay vẫn còn nhiều chuyện thời chiến tranh, vẫn chưa nói hết.

Mỗi con đường là một chân trời bao la ghi chép lịch sử bao gồm thân phận nhiều thế hệ. Nhưng lịch sử dù trải qua nhiều giai đoạn, sau cùng rồi lịch sử của tình yêu cũng luôn đằm thắm, thì thầm cùng chúng ta. Tình yêu tuy dễ làm mềm lòng người, nhưng nó cũng đưa người vào bất tử. Tình yêu đã khiến cho những đôi chân mềm yếu trở nên rắn rỏi để người vượt Trường Sơn, khát khao một ngày được trở về quê cũ, nối lại tình xưa.

Từ miền Tây Nam Bộ ra thăm Tây Bắc, tính ra đoàn đã vượt qua quãng đường cái quan quanh co khoảng sáu, bảy ngàn cây số, nhưng hơi tiếc là chúng tôi chỉ ngồi trên xe nên chưa phải là đối tượng của câu ca dao này:. “Hỡi anh đi đường cái quan, dừng chân đứng lại cho em than đôi lời...”

Vẫn là câu ca dao xưa nhưng chợt gợi tôi nhớ thêm đến một kỳ công thấp thoáng trong đó, cũng là một khuôn mặt phụ nữ. Đó là hình ảnh bà Nguyễn Thị Tồn, vợ của nhà thơ Bùi Hữu Nghĩa. Từ miền Tây, bà lội bộ ròng rã suốt năm trời ra Huế, tìm đến của Ngọ môn đánh trống kêu oan cho chồng. Ai có dịp đi trên đường cái quan đều có thể hình dung ra cuộc hành trình đầy gian khổ, thầm thán phục đôi chân dẻo dai của một người đàn bà miệt vườn.

Cuối cùng, Bùi Hữu Nghĩa cũng được minh oan, nhờ công lao của người vợ hiền thục. Điều này lại thêm một lần nữa khẳng định, trên con đường cái quan hay những nẻo đường khác của đất nước, lịch sử luôn mở ra với những con người yếu đuối nhưng chân thành, và dù họ có đi đâu về đâu vẫn luôn là những người khép lại lịch sử với tình yêu và trái tim độ lượng của mình.

TỪ NÓI ĐẾN VIẾT

Học ăn học nói...

Thỉnh thoảng tôi nghe ai đó rầy con "*không biết ai mắc miếng bây*". Đây là mấy từ để chỉ đến một tục lệ xưa. Sau khi sinh con, người ta thường chọn một người ăn nói đàng hoàng, có duyên, làm người cho đứa trẻ uống miếng nước đầu tiên. Có khi vì quá thương nên làm một việc rất mất vệ sinh là kê sát mặt rồi nhỏ nước miếng vô miệng đứa trẻ. Đây là trường hợp của người bạn tôi. Anh không thích bà mẹ vợ lắm. Rủi thay, bà lại là người kê sát mặt nhễu cho con anh một xíu nước miếng. Thằng nhỏ sau này nói năng giống bà ngoại nó lạ lùng!

Tục xưa đã mất, bóng dáng lại còn, cho thấy lời ăn, tiếng nói của con người quan trọng như thế nào. "*Xem mặt bắt hình dong*" là chưa đủ, còn phải lắng nghe người ta nói năng, ứng đối. Câu nói có thể khiến người ta lưu danh trên đời hay trở thành kẻ ngàn năm bia miệng chê cười. Vì vậy, học ăn, học nói bao giờ cũng là những bài học đầu tiên của tuổi thơ ấu.

"*Học ăn, học nói, học gói, học mở.*" Có biết bao điều xoay quanh chuyện "*học ăn học nói*". Chẳng hạn như "Lời nói không mất tiền mua, lựa lời mà nói cho vừa lòng nhau", hoặc là "Đừng cố nói cho bằng được để rồi không lấy lại được", hoặc là: "Đừng nói trên đầu, trên cổ người khác", "Hứa phải giữ lời"... Nhiều, còn nhiều lắm... nhưng tựu trung những bài học đầu tiên về chuyện ăn nói bao giờ cũng nhấn mạnh một điều là: Nói năng phải giữ gìn, làm tốt hơn mối quan hệ giữa người với người.

Thật vậy, đất gặp đất thành gò đất cao, sao người đến với người lại hạ thấp nhau? Phải thấy rõ lời nói là đầu mối của hạnh phúc, giúp công việc được phát triển, nhưng đồng thời cũng có thể là tai hoạ, hoặc làm mất dần bạn bè.

Từ những bài học ăn nói đầu tiên, đứa trẻ sau này lớn lên vẫn phải tiếp tục học thêm những lời dạy khác. Năng lực và giá trị của lời nói càng được khẳng định rõ hơn. Kinh Thánh có nói: "*Khởi thủy là lời.*" Đức Phật toàn giác cũng dạy: "Cho người tiền của không bằng cho một lời nói hay (bố thí pháp)." Hóa ra, từ dân gian cho đến các bậc hiền triết, dù có góc nhìn khác nhau nhưng vẫn có chung nhận thức, kinh nghiệm về lời ăn tiếng nói.

Từ nói chuyển qua viết

Viết văn thuộc về cấp độ cao hơn lời nói, nhưng xét cho cùng cả hai thứ đều cùng một gốc mà ra, tuy là sức sống có phần khác nhau. Nói hay, nói dở, rồi cũng lãng quên theo thời gian, nếu có được người nhớ đến thì chỉ là những trường hợp thuộc về ký ức dân gian, những tác giả vô danh. Nhưng khi từ nói chuyển qua viết thì ngôn ngữ đã có sự sống khác, có hồn, cô hồn tháng bảy quanh câu chữ.

Văn viết ra dù hay dù dở, dù tốt dù xấu cũng khó mà mất đi. Người viết không thể rút lại tuổi tên, ngày tháng năm mình viết ra. Điều này được biểu hiện qua câu tục ngữ: "*Bút sa gà chết.*"

Một đặc điểm khác là không phải ai muốn viết cũng được. Trước nhất phải là người có học để đạt được tầm nhìn xa đối với sự vật và biết tự soi rọi mình để thấy được và vun bồi cái tâm. Người cầm bút mà không có cái tâm đúng nghĩa hoặc nuôi dưỡng cái tâm hẹp hòi, nhỏ nhặt thì không thể có sự thành công. Như rau muống rỗng ruột, tuy thấy mọc sum sê nhưng cũng chỉ bò quanh ao, dưới mặt đất, chẳng lên cao được.

Hẳn có người sẽ cho rằng, vẫn thấy những người không học mà viết rất được. Đó là những người sẵn có tư chất, tuy nói không học chứ thật ra là đã học ở trường đời, không thể không học.

Những người sống với nghề viết lách, dù là chọn viết trong lãnh vực nào, cũng đều được xã hội tôn trọng xếp vào loại kiến trúc thượng tầng, ngày xưa gọi là *kẻ sĩ*.

Sĩ đứng đầu trong các thành phần xã hội, theo sau đó mới tới nông, công, thương. Ngày nay, vị trí tuy có thay đổi, không khẳng định rạch ròi như vậy, nhưng mạch ngầm đời sống vẫn có sự nể nang, vẫn cần đến "kẻ sĩ".

Trong khi các ngành nghề khác phải phấn đấu lắm mới được người đời biết đến tên tuổi, thì nhà văn, nhà thơ cỡ xoàng xoàng, đôi khi chỉ một hai bài viết mà có thể phút chốc được cả nước biết đến, còn phiêu linh trên mạng Internet nữa. Qua lợi thế này, "*kẻ sĩ*" đời nay không ít người buông vòi xía vô các lĩnh vực khác, chỗ nào cũng có mặt. Nếu như các ngành nghề khác đưa người nổi bật lên trở thành VIP, thì cây bút lại có thể biến người thành một thứ "siêu công dân" (theo cách nói của một số ít người cầm bút tự phong cho mình).

Tôi không rõ lắm về vai trò của người cầm bút trong xã hội phong kiến, chỉ biết Viên Mai là một nhà thơ, nhà lý luận, không biết nhận thức thế nào mà viết nên một câu để đời: "*Lập thân tối hạ thị văn chương.*" Sau này, vua Tự Đức, rồi cụ Phan Bội Châu, tâm cảm gì cũng lặp lại câu này của Viên Mai. Tôi không hiểu hết nhưng rồi về sau cũng lờ mờ phỏng đoán được ý nghĩa câu này. Người cầm bút nếu chỉ muốn mượn văn chương để tạo lập công danh - thay vì hướng đến thiên chức của ngòi bút chân chính - thì điều đó quả thật chẳng tốt đẹp gì.

Lời nói hay văn viết cũng chịu chung một quy luật chi phối là "*nói cho ai và viết cho ai*". Nếu người nói hoặc viết không quan tâm đến quy luật này thì dù có tài hoa đến đâu cũng không thể có được sự thành công. Mặt khác, vì nói hay viết cũng đều có cùng một nguồn gốc từ tâm sinh, nên vẫn thường có chung một số bệnh.

Bệnh của người viết

Bệnh trịch thượng

Bệnh này là những hạt sạn thường bắt gặp ở mấy tờ báo lớn. Người viết khi mắc bệnh này giống như người đứng trên một tầng lầu cao, từ trên nhìn xuống đất thấy mọi thứ đều nhỏ bé. Thế là mặc sức nói năng, chẳng cần xem ai ra gì.

Xin nêu ra đây một vài trường hợp. Hầu như những người viết ở Nam Bộ có chút tiếng tăm đều được phán xét là "*tiếp tục truyền thống văn phong Nguyễn Chánh Sắt, Hồ Biểu Chánh*". Tôi dám đoan chắc có những trường hợp người viết "bị phê" kia chưa hề đọc hai nhà văn vừa nêu bao giờ! Kể cả ông Đoàn Giỏi, ông Nguyễn Quang Sáng cũng từng bị nhận xét như vậy. Hồi ông Đoàn Giỏi còn sống có nói: "*Tất nhiên, muốn trở thành nhà văn thì phải chịu ảnh hưởng nhiều người, đâu chỉ có Nguyễn Chánh Sắt, Hồ Biểu Chánh.*"

Nhưng Đoàn Giỏi chỉ phản ứng miệng, riêng anh Nguyễn Quang Sáng thì nhẹ nhàng trả lời trên báo: "*Tôi đi kháng chiến từ lúc nhỏ, đâu có đọc nhiều. Sau này viết rồi, có tên tuổi rồi mới có dịp đọc Hồ Biểu Chánh.*"

Với những người trẻ tuổi, ngoài Hồ Biểu Chánh còn kết

thêm ông Sơn Nam. Thí dụ như với Nguyễn Ngọc Tư, có người viết "*Tư tiếp tục phong cách Sơn Nam*" (Điều này đúng, sai xin để bạn đọc nhận xét). Đặc biệt, khi Nguyễn Ngọc Tư mới xuất hiện, rất nhiều người cùng tuyên bố chính mình là người đầu tiên khám phá ra tài năng trẻ này. Đặc biệt nhất có một người viết trên tờ báo lớn: "*Nhìn gương mặt u u minh minh của tác giả tôi không biết viết lách ra làm sao, chẳng tin tưởng lắm. Sau đó đọc thấy tạm được...*" Và tự coi như mình là người đã phát hiện tài năng này. Thú thật, dân Nam Bộ hiểu "*u u minh minh*" là đồng nghĩa với hắc ám, miệt thị. Viết lách như thế, chẳng phải mắc bệnh trịch thượng thì là gì? Cho dù muốn nói chơi đi nữa cũng không được phép đùa với công luận, trên diễn đàn.

Bệnh nói cho bằng được

Người viết mắc bệnh này luôn muốn chứng tỏ mình là người có trình độ, nhưng chính điều này thường để lộ ra sự yếu kém và tâm địa không được tốt. Vì người có trình độ thật ít khi nói năng bừa bãi và có nói thì bao giờ họ cũng tránh đụng chạm những điều cấm kỵ, sơ đẳng. Thí dụ như cô gái da đen có vẻ đẹp khác với cô gái da trắng, chẳng ai đi so sánh tiêu chuẩn nét đẹp này hơn nét đẹp kia. Cũng vậy, ba miền Bắc, Trung, Nam mỗi miền đều có nét văn hóa, sự tinh tế riêng, đặc thù. Nếu muốn đem so thì chỉ có thể so về số lượng chớ không thể nói mình tinh tế hơn người khác. Lý do, mình sáng suốt ở khía cạnh này nhưng có thể lại mù tịt ở khía cạnh khác, và ngược lại; đâu có ai toàn diện. Vậy mà có người dám bạo gan viết rằng "*miền Bắc tinh tế hơn miền Nam*" (sic)

Bệnh bề trên, kẻ cả

Rõ ràng, những người viết có thực tài rất ít khi thấy họ muốn làm thầy ai. Riêng những người ở khoảng lưng chừng, như đứng giữa dòng sông, bơi tới cũng không được, muốn lùi cũng không xong, lại thường đóng vai bề trên, kẻ cả, lớn tiếng khen chê, phê bình, muốn lèo lái dư luận.

Bạn đọc sẵn sàng tha thứ một bài viết sai, vì đâu phải ai nói gì cũng đúng hết, và cũng còn tùy góc nhìn khác nhau của mỗi người nữa. Nhưng bạn đọc không thể chấp nhận được khi một người đã có tên tuổi lại đi trân trọng đề tựa, viết lời nói đầu cho những tác phẩm dở ẹt (Chắc là ai cũng có thể tìm ra được nhiều bằng chứng về việc này.)

Bệnh tự khen

Bệnh này thực chất là sự học đòi theo phương Tây, thường hay nói, viết về cái tôi. Nhưng nếu xét cho kỹ "cái tôi" của các nhà văn chân chính phương Tây sẽ thấy đó là những giằn vặt, trăn trở tìm đến cái nhân bản. Đó như là phút nói thật của lòng người, đâu phải giống như việc đem cái tôi ra để tự khen mình là hay, là giỏi?

Ai cũng cảm thấy khó chịu khi phải đọc một ông chuyên viết bài đề cao mình, đem mình ra làm dẫn chứng. Lại có một nhân vật nữ, viết bài nêu ra hàng loạt tên tuổi để khen ngợi, người đọc tưởng là vô tư, khách quan, đến gần đoạn cuối mới thừa cơ hội lén lút chêm vô tên mình để... tự khen. Rõ là vô duyên! Vẫn chưa hết... bệnh, còn lắm trường hợp chồng khen tác phẩm của vợ, rồi vợ khen tác phẩm của chồng, cho đến con cái... rõ là cả nhà xúm nhau đưa lên mặt báo ngợi ca!

Trị bệnh được chăng?

Nguyên nhân của các chứng bệnh trên là do nghề viết văn rất khó mà cũng rất dễ nổi tiếng, nên người chưa đủ sự tu dưỡng thường dễ lộ ra cái tâm "đen sì sì", lẽ ra là không nên để cho ai nhìn thấy. Có phải vì thế mà Viên Mai mới khái quát trong câu "*lập thân tối hạ thị văn chương*"?

Đôi khi tôi tự hỏi không biết các tòa soạn có phải vô tình

bỏ sót những hạt sạn như trên, hay là cố ý chơi khăm tác giả những bài viết kia, để dư luận bạn đọc thấy rõ mà cho họ một bài học nhớ đời! Đừng tưởng ngày nay sách báo ra nhiều, đọc xong rồi quên chẳng ai để tâm. Trong số hàng ngàn, hàng triệu người đọc, thế nào lại chẳng có những người thầm lặng mà tinh ý, có thể sẽ đọc qua rồi âm thầm cắt ra từng bài lưu giữ. Tôi chợt nghĩ, nếu có thể tập hợp những bài viết "*mắc bệnh*" như thế rồi in thành một cuốn sách, hẳn là sẽ bán rất chạy.

Thú thật, khi viết đến đây tôi không biết phải kết luận như thế nào. Bệnh hay không bệnh hẳn còn tùy theo cách nhìn nhận của mỗi người, nhưng thiết nghĩ nếu ngòi bút không làm được thiên chức "*phá tà hiển chánh*" của nó mà chỉ bó hẹp trong mục tiêu phô bày bản ngã, vun đắp cho tên tuổi của riêng mình, thì dù không bệnh cũng không thể xem là lành mạnh. Chợt nhớ lại những bài học đầu tiên thuở nhỏ về cách ăn nói. Thật ra, dù nói hay không nói cũng đều phải suy nghĩ cho thật kỹ càng, vật nào có giá trị riêng của vật đó!

LẮNG TAI NGHE TRẺ HÁT VÈ...

Trẻ con ngày nay dường như là thích chơi trò đánh nhau, chơi game điện tử..., còn hát thì thích nhái theo đĩa, những bài hát của người lớn. Không còn nữa những hình ảnh lũ trẻ chơi nhảy dây, nhảy lò cò, cút bắt trốn chạy quanh sân nhà, hay bắt tréo chân với nhau hát bài "*bắt kim thang, cà rang bí rợ*", hoặc nắm tay nhau xoay tròn hát những bài đồng dao...

Nhưng tôi nghĩ, những hình ảnh kia chắc là cũng còn ở đâu đó, chốn hiu hắt quê mùa. Quả nhiên, có một lần tôi về vùng quê xa, xe chạy hết con đường nhựa tới đường trải đá và nối tiếp nữa là con đường đất bụi mù chạy sâu vô đồng rồi dừng lại ở một xóm lá ven sông. Buổi chiều lồng lộng gió bụi, không thấy hàng quán, tôi với người bạn ghé vô nhà một nông dân nghỉ mệt và xin gáo nước mưa.

Đang uống, bỗng dưng tôi để ca nước xuống, lắng nghe. Cạnh đống rơm trước sân nhà, một lũ trẻ gồm hai trai, hai gái đang ngồi vỗ tay ca hát.

"Nghe vẻ nghe ve
Nghe vè nói ngược
Ngựa đua dưới nước
Tàu chạy trên bờ
Lên núi đặt lờ
Xuống sông bửa củi
Gà cồ hay ủi
Heo nái hay bươi
Ba mươi nước kém
Mùng mười nước nhảy.

Rõ ràng là thật lâu lắm mới được nghe lại bài hát mộc mạc, hồn nhiên mà hầu như tuổi thơ ấu ai cũng từng biết qua. Nhưng sao lần này bài "*nghe vẻ nghe ve*" lại cho tôi cảm giác thật mới lạ, thật lạ lùng. Trước hết, nó gợi cho tôi nhớ đến những thứ như cái rổ tre, cái đèn trứng vịt, manh chiếu lác... dần dần không còn nữa, vì các gia đình ngày nay xài rổ nhựa, chiếu nylon, đèn pin điện...

Ngoài xã hội, máy truyền hình đen trắng, đầu máy chiếu video, máy đánh chữ... đã trở thành những món đồ cổ ít nhìn thấy nữa. Mới có vài chục năm mà xã hội thay đổi mau chóng quá. Trước những cái mất đi mang theo bao hình bóng cũ, văn hóa cuộc sống ngày nào đã vô tình phai nhạt dần. Sự phai nhạt đang diễn ra trước mắt mà không ai để ý, may còn có lũ trẻ con nhắc nhở lại.

"Ngựa đua dưới nước
Tàu chạy trên bờ..."

Có phải ngày nay đang xuất hiện nhiều phát minh độc đáo nhưng cũng không kém phần "ngược đời"? Như ở Cà Mau tranh nhau mua những chiếc xe năm sáu chục mã lực về biến thành ghe, tàu để tranh nhau chạy. Trên An Giang, Đồng Tháp, người nông dân trổ tài ngược lại, biến máy hơi nước thành những chiếc xe công nông, xe xay xát lúa gạo...

"Lên núi đặt lờ
Xuống sông bửa củi..."

Là như thế nào? Có phải trên núi Cấm của An Giang ngày nay đang có rất nhiều hồ ao nuôi cá? Và ở Kiên Giang, công việc lấn biển đang tiếp tục nối dài cả cây số để xây đô thị, chẳng phải là "xuống sông bửa củi" đó sao?

Tôi lắng nghe, suy ngẫm rồi ngơ ngác. Chuyện tình cờ ngẫu nhiên chăng? Đồng dao là bài hát của trẻ con, mang đậm tính chất hồn nhiên, mộc mạc. Trẻ con chưa biết gì đến mâu thuẫn xã hội, nên đồng dao rất ngộ nghĩnh và hầu như không hàm chứa những ý nghĩa của xã hội người lớn. Nếu có những ý nghĩa như thế thì không thể gọi là đồng dao.

Tuy nhiên, những câu hát ngộ nghĩnh ở đây lại hàm chứa cái mà tôi muốn gọi là tính linh, hay dự cảm của những tâm hồn non trẻ. Cho nên, bài "*nghe vẻ nghe ve, nghe vè nói ngược*" như vẫn tiếp tục những ý nghĩa dự báo.

Có phải "*gà cồ hay ủi, heo nái hay bươi*" là có ý chỉ những vật có tầm vóc nhỏ lại thích làm việc lớn, đội đá vá trời? Thay vì vai trò của người đàn ông thì đa số đàn bà ngày nay phải đi quào kiếm miếng ăn về lo cho gia đình. "*Heo nái hay bươi*" là vậy! Tất cả như ngược ngạo lại hết, bất chấp mọi qui luật. Cuối cùng trong thiên nhiên, lẽ ra ba mươi nước lớn thì lại ròng; ngày xưa mùng mười nước kém thì nay lại lớn! Rõ ràng, mấy năm vừa qua thời tiết, thiên nhiên cũng làm mấy cú đi ngược như vậy. Vì sao?

Sẽ có người nói, con nít nó hát ngu ngơ, vô tình lại trúng đó thôi. Hay là do người lớn hát trước, trẻ con bắt chước hát sau. Có phải như vậy chăng?

Tôi tiếp tục lắng nghe, bên đống rơm, trong nắng chiều vàng óng... Tôi hình dung một cánh rừng nhiều cây cổ thụ, các em giống như những chồi non tách vỏ vươn lên. Hay như một bầy chim đang hót bỗng có một giọng chim non ngây thơ.

Sau bài vè "*nói ngược*" bọn trẻ hát thêm:

"Tập tầm vông
Chị lấy chồng
Em ở giá
Chị ăn cá
Em mút xương
Chị nằm giường
Em nằm đất
Chị uống mật
Em liếm ve
Chị ăn chè
Em rửa bát

Chị ca hát
Em vỗ tay...”

Tại sao cái gì cũng dành cho con chị hết, còn con em không thể thay đổi được số mệnh của nó chăng? Thôi rồi, nghe con nít hát chơi mà tôi đem những suy nghĩ của người lớn ra suy diễn, rõ thật ngớ ngẩn. Hình như bọn trẻ không biết có người đang nghe chúng nên vẫn tiếp tục hồn nhiên:

“Con chim chích choè
Mày ngồi đầu hè
Mày nhá gạo rang
Bảo mày vô làng
Mày kêu gai góc
Bảo mày gánh thóc
Mày kêu đau vai
Bảo mày ăn khoai
Mày kêu khoai ngứa
Bảo mày đi bừa
Mày đánh què trâu
Bảo mày đi câu
Mày đánh bẹp giỏ...”

Riêng với bài hát này, tôi nghĩ ngợi hơi lâu về xã hội hiện nay, có biết bao nhiêu hạng người như thế! Quyền lợi thì dành để hưởng, mà bổn phận nghĩa vụ lại tránh né, trớt he.

Tôi gọi các em tới hỏi, học những bài hát này ở đâu. Các em trả lời không nhớ, chỉ biết tự nhiên nghe ai đó hát rồi hát theo.

Như vậy đó, phải chăng các bài đồng dao là những gì còn sót lại của thế giới hồn nhiên xa xưa và người xưa như đã ngẫm nghĩ ra hết mọi thứ? Kho tàng ca dao, đồng dao rất phong phú, vậy mà ta không khai thác hết, không thấy chọn lọc đưa vào sách giáo khoa để dạy cho các em. Thật đáng tiếc!

Xin nói thêm, trẻ em ngày nay từ thuở nhỏ được các bà mẹ mở nhạc ghi âm ra, đủ bài bản để ru ngủ. Vì thế, có thể chúng lớn lên biết đủ thứ trên đời nhưng xét về những cái mộc mạc, thiên lương, cái gọi là tính linh, trực giác thì không được bằng trẻ em ngày xưa. Đọc lại một số bài đồng dao ta sẽ thấy rõ điều này.

CÁC NHÀ VĂN NAM BỘ...... XÀI TIỀN

Chắc hẳn bạn đọc cũng có người tò mò muốn biết các nhà văn ăn chơi, tiêu xài, ứng xử với tiền bạc như thế nào? Nhất là các nhà văn Nam Bộ, thường được cho là có lối sống phóng khoáng, thiệt mà cũng như là chơi... Phong cách mỗi vùng đều có sự sâu sắc, tinh tế riêng của nó, trong cái "thiệt mà như chơi" cũng vậy. Chính vì thế, những mẩu chuyện sau đây có lẽ các anh đều đã quên, riêng tôi vẫn còn nhớ mãi.

Đại ca, anh hai Nguyễn Quang Sáng

Trong Nam hay gọi ai đó được kính phục là đại ca, sư phụ hoặc anh hai. Thú thiệt tôi không thích mấy tiếng này lắm. Năm 1979, lần đầu tiên ra miền Bắc, mọi thứ đều lạ mắt, xe điện chạy leng keng, ăn phở phải xếp hàng...

Tôi được gặp gỡ anh em văn nghệ sĩ, nhất là may mắn gặp những nhà văn, nhà thơ thời tiền chiến còn sống. Lúc này tôi chưa phải hội viên Hội nhà văn nên có ý mời anh em ra trước cửa Hội nhà văn lai rai để chào sân làm quen.

Tình cờ nhà văn Nguyễn Quang Sáng lửng thửng bước tới, thấy tôi móc tiền ra trả, ông vội vàng khoát mạnh tay nạt lên một tiếng "để đó". Rồi ông quay sang nói:

- Nó là em tao ở trỏng ra, mấy thuở được đi chơi. Tao biết nó không có nhiều tiền đâu, để dành tiền cho nó đi chơi, cái này mấy đứa mầy trả.

Tôi lúng túng, bối rối vì cử chỉ của ông anh sao mà giống "giang hồ hảo hớn", không được văn vẻ lắm. May thay, Nguyễn Đức Thọ lẹ làng lên tiếng: "Em trả được không anh

Hai." Nhà văn gật đầu: "Được, trả đi. Đến phiên tao mời hết, tụi mình đi kiếm quán thịt chó, sẵn giới thiệu cho nó biết món ngon Hà Nội mình."

Tôi đã nghe nói nhiều về Nguyễn Quang Sáng nhưng chưa có dịp gặp, nay ra Hà Nội mới biết anh. Anh là nhà văn lớn, lại quan tâm tới đàn em mới tập tễnh viết. Nhưng ý tôi không nói đến điều này. Ở đây, qua phong cách của anh tôi mới hiểu sâu vì sao dân trong miền Nam hay gọi người nào họ kính phục là đại ca, sư phụ, là anh hai.

Nhà thơ Chim Trắng - chơi cho biết

Sau Đại hội V, một số anh em cánh phía Nam gồm có nhà thơ Chim Trắng, Thu Nguyệt, Trịnh Bửu Hoài, Nguyễn Lập Em và tôi rủ nhau đi Vịnh Hạ Long chơi. Buổi tối, nhà thơ chim Trắng vỗ vỗ cái túi đeo ở thắt lưng, nói:

- Anh có mang tiền nhiều lắm, tụi mình đi kiếm chỗ nào sang trọng nhất của Hạ Long chơi cho biết.

Một người tiền ít được người nhiều tiền mời mọc thì dễ gì từ chối, nhất là anh Chim Trắng lúc này là giám đốc nhà in, nên tôi với Thu Nguyệt hai đứa lẹ làng hưởng ứng. Cả bọn kéo vào nhà hàng quay mặt nhìn ra vịnh, buổi tối có trăng non gió mát. Anh Chim Trắng còn nói thêm lần nữa

- Các em cứ tự nhiên ăn uống, món gì cũng được.

Thu Nguyệt loay hoay coi tấm thực đơn, nhà thơ Chim Trắng gọi ra trước mấy ly séc rượu Hennessy. Mấy khi anh em ngồi với nhau, tôi hứng chí kêu thêm ly thứ hai, rồi thứ ba, thứ tư. Đang vui vẻ, đột nhiên nhà thơ Chim Trắng nói tỉnh queo:

- Ly thứ tư chú mày trả.

Tôi đâm ra cụt hứng, hỏi sao vậy. Nhà thơ Chim Trắng nói rất hồn nhiên:

- Anh mời chú mày đi chơi cho biết chứ có mời đi nhậu đâu. Rủi ăn ngon quá kêu thêm dĩa thứ hai rồi sao?

Tôi cố hỏi thêm. Thì ai kêu thêm người đó trả tiền. Sở dĩ tôi nhớ chuyện này vì gần đây thấy báo đăng nhà thơ Chim Trắng đóng phim. Nhà thơ thú nhận mình được lĩnh thù lao bốn mươi lăm triệu, trừ thuế thu nhập ra còn được ba mươi bảy triệu. Số tiền này ngoài dự kiến nên dùng để chơi với anh em. Chuyện mới làm tôi nhớ chuyện cũ, chơi với anh em theo Chim Trắng có nghĩa là "chơi cho biết" chứ không phải nhậu nhẹt.

Đây là một bài học tôi học được ở đàn anh. À quên, ly rượu nhỏ ở Vịnh Hạ Long năm đó tôi phải trả trả đến năm chục ngàn!

Nghèo mà sang... như Sơn Nam

Ông Sơn Nam có tật hay than vãn mình nghèo. Có lần ông viết trên báo: "Mình nghèo nhưng sách in ra anh em xúm lại xin chứ không mua."

Ai cũng biết, nhuận bút của ông thuộc loại cao, sách lại được tái bản nhiều lần, vậy thì tiền bạc chạy đi đâu? Nhiều lần tôi đọc báo thấy có người nêu lên chuyện này, còn nói thêm: "Chưa có ai hân hạnh được ông mời một ly cà phê đen." Làm như ông keo kiệt lắm, hay là người viết bài này còn muốn lấp lửng điều gì nữa?

Gần đây, trên báo Tuổi Trẻ, nhà văn Lý Lan ghi lại: "Khi chiếc tắc rán chạy ngang qua con rạch rẽ vô nhà ông, Lý Lan hỏi ông có muốn về thăm nhà không, ông trả lời: Bà con nghèo mà mình cũng nghèo, về làm gì?"

Chi tiết này gợi tôi nhớ lại, một lần ông xuống An Giang rủ tôi đi huyện Phú Tân cưới vợ cho thằng con. Khi thấy ông đi xuống với hai bàn tay không, tôi tò mò hỏi, ông trả lời: " Đám cưới con, chẳng lẽ mình không chứng kiến. Có mình cho nó vui là được rồi." Ông vừa nói vừa cười, nhưng là nụ cười gượng, gương mặt vẫn để lộ ra nét trầm tư.

Thấy vậy, tôi mới cho nhà thơ Hồ Thanh Điền, lúc đó là Phó chủ tịch Hội Văn nghệ An Giang hay tin. Anh Điền thấy "coi không được", liền sốt sắng ra chợ mua cho ông mấy mâm rượu trà, trầu, cau, phủ vải đỏ lên cho nó giống đám cưới.

Tới nay tôi vẫn còn xúc động vì điều này. Đời người, tiền bạc không biết bao nhiêu là đủ, nhất là nhà văn lớn, chẳng ai biết có lúc lại nghèo đến cỡ như vậy! Nhưng ông Sơn Nam thực sự có tiền, vậy ông tiêu xài như thế nào?

Hôm đi vòng quanh thăm vùng tứ giác Long Xuyên, chắc là ông mới lãnh khoản tiền nhuận bút nào đó kha khá. Ghé thăm một trường học, dưới nắng trưa không một bóng cây, mái tôn thấp nóng như lò lửa. Nhà tập thể chật chội, mấy thầy giáo đang ở trần, thấy khách vội vàng đứng lên lấy áo mặc vô. Ông đưa tay cản lại và chính ông cũng tự nhiên cởi áo ra.

Sau một hồi trò chuyện, ông tặng cho mấy thầy giáo mỗi người năm chục ngàn, Và đưa thêm tiền bảo mua kết bia về uống chơi.

Dường như ông biết tôi đang quan sát khi mấy thầy chạy đi kiếm cá, hái rau muống về chuẩn bị nấu ăn, ông kêu tôi nói nhỏ: "Đám con ông cháu cha đừng hòng chịu vô chỗ đồng không mông quạnh này phục vụ. Đám này hẳn phải là con nhà nghèo, thế cô, mình nên an ủi người ta. Sống phải biết thương người."

Rồi ông nói tiếp: "Ở đồng thiên hạ chơi rượu đế, không

khoái uống bia, chẳng qua là không có tiền đó thôi. Lương bổng mà đủ sống thì họ cũng bia bọt như ai."

Nghe ông nói tôi vẫn chưa chịu, nhưng sau đó tôi tâm phục khẩu phục khi ông tiếp tục: "Tên tuổi mình anh em đều biết, tiếc gì kết bia."

Sơn Nam xài tiền như vậy đấy, một đồng thì không bỏ ra, nhưng đúng chỗ thì ông rộng rãi, hào phóng. Khi đến Núi Sập viếng đình thờ Thoại Ngọc Hầu, thăm ngôi chùa có miễu thờ ông Bổn... nơi nào ông cũng thắp nhang thành kính, chẳng những bỏ tiền vô thùng công đức mà còn cho tiền ông từ giữ đình. Tôi lại thắc mắc thì bị ông rầy, mục đích đến chùa là để thư giãn đầu óc, không có người trông coi quét dọn, chùa bỏ hoang thì làm sao chú mày có chỗ lui tới? Mình chớ có hẹp hòi, cũng đừng nên nói thầy chùa ngồi không cũng được người cúng. Ăn của bá gia bá tánh đâu có dễ. Cúng là việc của mình, ai nhận rồi không lo tu cho có đạo hạnh thì quả báo ráng chịu. Có quả báo thật đó nghe chú mày.

Ông có tật hay hỏi, món này giá bao nhiêu. Ai kêu viết bài, chưa gì đã hỏi bài trả giá bao nhiêu. Đi cùng với ông mới biết, hóa ra ông có tính sòng phẳng. Thái độ của ông đối với các thầy cô giáo chốn đồng sâu, với ông từ giữ đình cũng đã nói lên điều này.

MAI VĂN TẠO - NHÀ BÁO, NHÀ THƠ

(Nhân đọc tập thơ "GIỌT LỆ")

An Giang có rất nhiều người con đi xa và thành đạt. Riêng Mai Văn Tạo khó có thể nói là ông ở xa được, bởi vì ông đi đâu cũng nặng tình với quê hương, xuyên suốt gần liền hơi thở, nhịp tim đập cùng với quê nhà. Bằng chứng là ông ở Sài Gòn mà hầu như một tuần hai lần, cho dù có gió mưa cũng lặn lội đi kiếm mua báo An Giang để đọc. Một độc giả thật đặc biệt của báo An Giang. Mỗi khi gặp ông, ông nhắc về những tin tức đã đăng trên báo như tin một đám cháy nhà, về việc sạt lở ở cù lao Ông Hội... Những tin tức đại loại vừa kể, nếu một người không nặng lòng với quê nhà, chẳng thể nhớ dai như vậy.

Về chuyện viết lách, ông cũng không chạy theo những đề tài đời thường để kiếm tiền (rất tiếc là đám em út, con cháu sau này lại không kế thừa ông). Hai chữ An Giang hầu như là đề tài bất tận của ông trong suốt mấy chục năm qua. Nhờ vậy mà những địa danh Tân Châu, Hồng Ngự, Châu Đốc, những làng mạc An Giang ở heo hút xa xôi như Sở Thượng, Hà Bao trở nên quen thuộc với độc giả cả nước. Ông viết về lụa Tân Châu, về làng nôi nuôi cá bè, về con nước sông Tiền, sông Hậu hằng năm vào tháng năm xoay dòng mang về cho người An Giang một mùa cá linh...

Gần đây trên các mặt báo Nhân Dân, Sài Gòn Giải Phóng, Đại Đoàn Kết, ngòi bút ông tích cực bảo vệ sự trong sáng của nền văn hóa dân tộc, bảo vệ môi trường sinh thái. Không những ông viết mà còn tranh đấu nữa. Về việc xí nghiệp khai thác đá đặt ở núi Sam, hẳn đã không thể chuyển biến gì nếu không nhờ ông với những bài báo đánh thức dư luận, lặn lội gõ cửa từ địa phương dài lên trung ương suốt năm năm trời, cho tới khi đạt được kết quả.

Dân An Giang, nhất là dân Châu Đốc, qua thời gian có thể quên đi nhiều thứ, nhưng chắc là khó quên công lao của nhà báo Mai Văn Tạo.

Ít người biết được rằng một người cứng rắn như họ Mai cũng lại là một kẻ dễ mủi lòng. Ông nghe đọc bài thơ hay cũng khóc (dĩ nhiên phải là thơ hay). Lắm khi nghe câu ca dao: “*Buồn buồn nhớ mẹ ta xưa. Miệng nhai cơm tấm, lưỡi lừa cá xương*”, ông cũng rơi lệ. Xem truyền hình thấy cảnh An Giang bị lụt lội, ông hỉ mũi sụt sịt. Nhiều người trẻ tuổi thấy ông dễ xúc động đâm ngại. Họ không hiểu, bởi vì họ còn đủ sức chịu đựng cuộc sống, quên phắt đi là đang đứng trước một ông già tuổi đã bảy mươi có hơn. Đất thì gần lại mà trời cao lại xa ra. Những giọt nước mắt xuất phát từ trái tim dạt dào tình cảm của Mai Văn Tạo như để tâm tình cùng với mọi người. Hôm nay ông lại khóc bằng thơ: “Giọt lệ” của Mai Văn Tạo vừa được Phân hội văn nghệ Châu Đốc xuất bản.

Tập thơ được in trang trọng cho xứng với vị trí của một giọt lệ. Bìa là bức tranh thật đẹp của Hoa Nghĩa Đoàn, vẽ nửa khuôn mặt cô gái với hai giọt nước mắt. Giọt thứ nhất nhỏ tượng trưng cho giọt lệ đầu tiên lúc người mới bước chân vào đời. Và nó cứ lớn dần lên như sắp tan ra với giọt lệ cuối cùng không còn đượm mùi điên đảo ngược xuôi để trở về nơi cô tịch, chỉ còn có riêng mình.

Bức tranh đã lột tả được nội dung giọt lệ, nhưng người ta dù có cười hay mếu cũng có lý do của nó. Lần giở tập thơ, ta tìm thấy nơi xuất phát giọt lệ của nhà thơ Mai Văn Tạo ở ngay bài thơ có nhan đề độc một chữ “Lạc”. Kim Trọng lạc Thúy Kiều. Thị Lộ lạc vào hành cung của bạo chúa:

“Nghìn xưa

Người đã lạc người
Đốt nên thành tro chưa hết khô
Người với người
Lạc nữa người ơi"

Cái từ "*lạc*" còn ray rứt, còn xuất hiện trong hai bài thơ khác: "Hôm qua lạc nẻo đầu vườn" của "*Phấn hoa*" và "Thuyền em lạc bến" trong "*Giông tố*". Khi người đã xa người, tay rời tay, lòng rời lòng, anh con trai và cô gái của một thuở hoa mộng xưa kia đi về đâu:

Đêm đêm em bán sắc hương
Còn anh bán cái văn chương ưu phiền
Ê chề cuộc sống đảo điên
Hương sắc thắm đôi nhúm tiền lạnh tanh"

(Quán khuya)

Trong bài "*Đưa em về*" cảnh tượng còn đau lòng hơn, một anh học trò đưa cô vũ nữ về nhà, nào hay cô gái là con thầy giáo cũ của mình. Ông muốn dẫn ta đi cùng khắp "*mỗi bước ta đi - đồng sâu núi vắng phố nghèo - lệ cứ rơi rơi*".

Với giọt lệ rơi quanh từng số phận con người còn hẩm hiu, một bà mẹ già Tết đến bán mai nhưng trong nhà không có một cành mai!

Lắm khi ông dẫn ta vào lối mòn, chui lòn dưới một cành tre gai mà:

"Muốn bả
đậu dễ
một nhành tre gai"

Cuộc đời quá rộng lớn, cái tâm của Mai Văn Tạo bao la nhưng cũng không thể nào dung chứa được mọi cảnh đời. Rất nhiều người chứ không riêng gì ông đang rơi vào cảnh "*lực bất tòng tâm*". "Giọt lệ" cũng có phần xúc cảm từ đây. Trong tập có những bài thơ rất buồn, buồn heo hút một mình:

"Gió thu không biết từ đâu
Hắt hiu đồng bãi cho sầu nhạn bay
Khẽ ru chiều sớm hàng cây
Bâng khuâng lá rụng mới hay gặp mình"

Ông uống rượu cũng rất gượng - vì ai tri âm đó gọi là tri âm:

Ven sông nhấp rượu nhìn hoa
Ép lòng đôi chén gọi là dễ say
Chén đời nếm lắm vị cay

Chính vì vậy mà ông không thể say, ông không phải là kẻ ủy mị, vì ông vẫn luôn "*Kiếm tìm*":

Ta lại tìm em non thế kỷ
Hoang sơ mù mịt đã tan rồi
Huỳnh quang, hồng ngoại xua tăm tối
Em vẫn chân trời, góc biển khơi.

Ở cuối tập "*Giọt lệ*" có bài thơ tặng, đi kiếm người dễ dàng, đi kiếm người để dâng tặng những điều từ trái tim dạt dào nếm trải nhưng vẫn chưa thấy:

"Ta ngậm mãi
chờ gặp Prô-mê-tê
sẽ tặng"

Prô-mê-tê là nhân vật trong thần thoại Hy Lạp, kẻ đánh cắp ngọn lửa của thần linh: Đây là một bài thơ buồn nhưng vẫn cho thấy được ý chí của Mai Văn Tạo, dù có buồn cũng không ngừng lại mà vẫn luôn vươn lên đi tìm. Người vì những lý do gì nào đó đã lạc mất dấu nhau, đi tìm cho tới khi mắt rơi giọt lệ vui cuối cùng, không còn mùi đời xuôi ngược, ngược xuôi. Đây có lẽ cũng là điều ông muốn gửi gắm qua "Giọt lệ".

SƠN NAM, NHỮNG CHUYỆN CHƯA BIẾT

Đi coi nước

Ông Sơn Nam gần giống như loài chim trong truyện ngắn "*Tháng Chạp chim về*". Hồi ông còn sống khoẻ mạnh, với tình yêu dành cho quê hương, năm nào vào khoảng tháng bảy, tháng tám ông cũng có một chuyến đi lặng lẽ vòng quanh lục tỉnh.

Vào mùa này, miền Tây mênh mông nước, khoả liền ruộng vườn, trời có gió thu phe phẩy, sau đó là gió chướng, loài điên điển đợi điều kiện như vậy để trổ bông vàng rực. Đây là mùa đẹp nhất trong năm, báo hiệu Tết đã gần kề, cuộc sống bừng dậy, đón nhận tôm cá, phù sa mùa nước mang về đồng ruộng. Tuy nhiên đây cũng là mùa người phải chịu nhiều cực khổ, trôi nổi, sống chung với nước nôi. Ông trời không biết già hay trẻ, thỉnh thoảng lại đùa dai một năm, cho nước lớn kéo dài hơn lệ thường...

Thật bất ngờ, một hôm Sơn Nam hỏi thăm rồi tìm đến nhà tôi. Tò mò, tôi hỏi chú xuống có việc gì, và ngạc nhiên khi ông lại thủng thẳng nói mình "đi coi nước, đi thăm dân tình..." Mèn ơi, miền Tây với ông có xa lạ gì lại có hứng thú... đi thăm chơi! Gần đây, Nguyễn Trọng Nghĩa có viết truyện ngắn "*Đi coi nước*" khá hay, ý tứ cũng gần như vậy.

Tôi định báo cho cơ quan và Uỷ Ban Nhân Dân biết tin, vì dù sao ông cũng là nhân vật tên tuổi. Nhưng ông xua tay bảo: "Chú này, đi thăm dân tình thì phải ghé nhà dân tình như chú, ghé thăm quan quyền, tổ chức nhậu nhẹt tốn thì giờ mà không biết được gì."

Sau này tôi biết thêm, mỗi lần về tỉnh ít khi ông ngủ khách sạn, vì ông bảo "nó lạnh lẽo, không có ai trò chuyện". Ông đọc báo thấy dưới tỉnh có đứa nào coi bộ viết được, chẳng đợi ai tìm tới mình mà ông tự động tìm đến nhà người đó. Đây là đặc điểm đáng quý của ông, các nhà văn lớn khác hình như không được vậy.

Lần đầu tiên gặp nhau, tôi lấy làm lúng túng khi ông bước vô nhà hỏi rất tự nhiên:

- Ai là Ngô Khắc Tài?

Tôi bước ra chào, ông lại hỏi:

- Chú biết tôi không?

Thêm một lúng túng nữa. Tôi cũng có máu ăn uống, muốn đãi khách để rồi mình ăn luôn, nhưng gặp khách là một ông già, không biết khẩu vị của ông như thế nào. Ông như đọc được băn khoăn của tôi, rất tự nhiên ông ra thực đơn:

- Gia đình chú ăn gì cứ mua nghen. Phần tôi, tháng này có me non chú kiếm ít trái về ăn với cá kho quẹt. Ê, lúc nãy tôi gặp mấy chỗ bán bánh xèo có lá bằng lăng rất ngon. Sài Gòn thứ gì cũng có nhưng mấy loại lá cách, lá lụa, đọt bằng lăng lại không có như ở xứ mình. Chú mua vài cái bánh tụi mình lai rai chơi.

Thiên nhiên mùa nào thức nấy, thèm ăn bánh xèo là trúng điệu. Nhưng mà trái me non, tức me không có hột, chỉ thường dùng để nấu canh chua, đằng này ông muốn ăn kèm nó với cá kho quẹt! Biết tôi chưa hiểu, ông lập tức giải thích "đây là món ăn xưa của đồng ruộng, của người khẩn hoang". Món ăn cũng có xưa, có nay.

Món này cũng giống như đồ cổ, nhưng ông cho là trước đây từng có. Khẩu vị người xưa khác người thời nay, có những cách ăn, những món bánh thất truyền ít được người nay nhớ đến. Nghe ông nói, tôi ngẩn ngơ nhớ lại. Con nít ở quê hay bẻ me non đâm nát ra trộn nước mắm đường để ăn chơi. Người lớn, nhất là người già như má tôi, hồi còn sống rất thích ăn cá kho quẹt với me non... Nhưng rồi ngày nay, mọi người đều như quên đi, có lẽ vì nó quá dân dã, rẻ tiền... Điều này chứng tỏ ông Sơn Nam sống lâu ở Sài Gòn nhưng thói quen, gốc quê vẫn còn bền bỉ trong tâm hồn. Bản chất miền quê đã trở thành một phần trong tâm hồn ông.

Óc phán đoán nhạy bén

Ta nhớ Zađích của nhà văn Banzắc là nhân vật có óc phán đoán rất tuyệt vời. Nhà vua muốn thử tài, cho mời Zađích vào cung, cho tên thị vệ bưng ra một cái hộp có nắp đậy, hỏi Zađích trong hộp chứa cái gì. Zađích trả lời đó là trái lựu. Nhà vua ngạc nhiên, hỏi lựu sống hay là chín. Zađích tỉnh queo đáp: lựu sống.

Vua tò mò không hiểu tại sao Zađích lại biết rõ như trong lòng bàn tay. Và vua phải khâm phục khi nghe Zađích giải thích: "Nếu như bệ hạ không có ý cho nghiêng cái hộp, hạ thần cũng không tài nào đoán ra. Nhờ hộp nghiêng, hạ thần lắng tai nghe tiếng lăn bên trong, rõ ràng chứa một vật tròn. Không phải sắt thép, vậy đó là trái cây. Xung quanh cung điện trồng nhiều lựu, rõ ràng nó là trái lựu. Mùa này chưa tới hè, lựu chưa chín, vậy nó còn sống."

Sở dĩ tôi nhắc Zađích ở đây vì khi được dịp cùng ông Sơn Nam lang thang, tôi nhận ra ông rất tinh tế, nhạy bén. Dạo một vòng quanh vùng tứ giác Long Xuyên, có khi ghé vô nhà nào đó ông giới thiệu mình là người ở Sài Gòn, người ở xa đi chơi tham quan tìm hiểu. Trái lại, có khi vừa bước vô nhà ông lên tiếng tự giới thiệu ngay: "Tôi là Sơn Nam."

Tò mò, tôi hỏi ông vì sao. Ông cười, khoái chí giải thích.

Nhìn vô nhà có tranh ảnh treo trên vách, nếu gặp tranh mấy cô đào hát cũng khó biết gia chủ là ai. Ở đây chơi tranh phong cảnh, tranh chữ, lại thêm trên bàn có mấy cuốn sách. Rõ ràng đây là nhà của một ông giáo làng, còn không cũng là người có học, tất nhiên họ phải biết đến Sơn Nam. Ông tỏ ra đầy tự tin. Quả nhiên, sau khi nghe giới thiệu, anh chủ nhà rối rít lên kêu vợ con đi mua cà phê, đi bắt gà làm thịt...

Lần khác, ông rủ tôi đi qua Tiền Giang, thăm hội văn nghệ, dạo chợ Mỹ Tho. Tôi chẳng khác tên tiểu đồng đi theo thầy học hỏi kinh nghiệm, vì là người cầm bút rất cần có những nhận xét tinh tế, nhạy bén. Qua mấy con đường phố, đi ngang qua một ngôi nhà, tôi thấy nhà chỉ mở một cánh cửa, một cánh thì khép, chẳng thấy có mua bán gì. Vậy mà ông quả quyết: "Nhà này trước kia làm tiệm cầm đồ, tầm tầm."

Tôi lấy làm ngạc nhiên, ông bảo tôi quan sát cho kỹ đi, nhưng tôi nhìn lần nữa vẫn không nhận ra được gì. Ông liền vui vẻ giải thích: "Này nhé, bộ bàn ghế chưng giữa nhà là đồ xưa, thuộc loại danh mộc, nhưng mỗi thứ một cái không trùng bộ. Chứng tỏ đây là hiệu cầm đồ lúc trước, người ta mang cầm cả bàn ghế không chuộc còn sót lại. Ba cái đồng hồ treo tường cũng xưa, chẳng có ai mua một lượt ba cái đồng hồ để treo, trừ nhà sưu tầm hoặc tiệm cầm đồ."

Tôi vẫn chưa chịu tin, theo ông bước vào nhà. Quả nhiên, sau một câu hỏi, gia chủ xác nhận ngay mấy chục năm về trước ông nội mình làm nghề cầm đồ. Rõ ràng, đôi mắt quan sát của ông tinh tế như thần, nói gì trúng đó, cho thấy ông tích luỹ nhiều vốn sống hơn người.

Đi ngang qua một nhà khác, trước sân có gốc vú sữa, bày hai bộ bàn ghế, một người đàn bà đứng tuổi ngồi bán bánh tằm. Thêm lần nữa, tôi ngẩn ngơ khi ông bảo dừng lại để phân tích: "Đây là một người con cái đã lớn, buồn không có việc gì làm bày việc buôn bán chơi vui. Bằng chứng là người này quần áo trắng trẻo, tay có đeo chiếc huyền xưa lên nước bóng, đồ thiệt bạc triệu, người nghèo không thể có. Lại nhìn kìa, chén dĩa rất sạch sẽ, lại thêm nước cốt dừa. Nước cốt dừa thường hay pha bột để bán có lời, ở đây dùng nước cốt dừa bồng con, không pha trộn gì."

Tôi vẫn còn chưa tin, liền rủ ông ăn bánh tầm, mục đích để xác nhận những điều ông nói. Quả nhiên, sau vài câu trao đổi, bà bán bánh xác nhận mọi việc đều đúng như ông nhận xét, phân tích. Trước đây bà là cô giáo, chồng chết đã lâu, con cái cũng đã lớn, đi làm ăn xa, buồn không có chuyện gì làm nên bày ra việc mua bán cho vui. Rồi bà rất tự nhiên hỏi: Anh ở đâu, làm nghề gì? Ông trả lời mình là Sơn Nam. Bất ngờ, người đàn bà nói: "Thiệt sao, tôi có đọc văn anh trên báo..."

Sau này, tôi không biết ông có trở lại Tiền Giang hay không. Nếu có thì rõ ràng đây là một giai thoại "tình nghĩa bánh tầm nước cốt dừa", xem ra chẳng khác gì truyện ngắn "Tình nghĩa giáo khoa thư".

Sư huynh đạo Tứ Ân Hiếu Nghĩa

Đây là đạo mà tên gọi cũng là tông chỉ tu hành. Đây cũng là đạo duy nhất trong nước có nhiều người biết chữ Nôm, dạy chữ Nôm để đọc kinh, mặc đồ đen, bới đầu tóc và giữ nhiều tục lệ xưa như tục kỵ huý, hoa nói là huê, đường nói là ngọt, ăn cá không ăn thịt trong 12 con giáp...

Vừa qua, Tứ ân Hiếu nghĩa được công nhận là một tôn giáo. Nguồn gốc đạo có từ đời vua Tự Đức, lúc vùng Bảy Núi còn rừng rậm hoang vu đầy rắn rít, cọp beo. Ngài Ngô Lợi, còn được tín đồ gọi là Đức Bổn Sư, gốc Bến Tre, tìm đến lập làng An Định, ngày nay là xã Ba Chúc. Ngài mở đạo quy tụ dân các nơi đổ về.

Thực dân Pháp cũng lẹ làng đánh hơi thực chất nhà sư Ngô Lợi tìm nơi vắng vẻ lập đạo có ngầm ý đồ tuyên truyền chống mình. Một ông gánh (trưởng họ đạo) gặp tôi, biết là người cầm bút, liền hỏi có quen Sơn Nam không. Ban đầu, tôi tưởng chuyện bình thường vì tên tuổi của ông ở đâu cũng biết. Nhưng qua chuyện trò, tình cờ tôi phát hiện những chức sắc lớn tuổi trong đạo này trân trọng coi ông như vị sư huynh.

Số là, thuở ấy thực dân Pháp sai tổng đốc Trần Bá Lộc đem quân vây ráp đốt làng Ba Chúc nhiều lần vẫn không xong. Pháp bắt giam ngài Ngô Lợi, nhưng khi thả ra ngài vẫn tiếp tục công việc cho đến khi qua đời. Lúc này, đạo như rã rời, tín đồ mạnh ai nấy chạy. Trần Bá Lộc tham lam cho chở về Sài Gòn chiếc Long Đình (là chiếc ngai thờ sơn son thiếp vàng, chạm trổ rồng phụng, là vật biểu tượng của đạo).

Qua thời Ngô Đình Diệm, chiếc Long Đình được đem vô Viện bảo tàng, chức sắc của đạo mấy lần đòi lại vẫn không được. Chuyện tiếp tục đến thời Nguyễn Cao Kỳ, tướng Kỳ cũng không hiểu rõ vị trí của Tứ Ân Hiếu Nghĩa như thế nào với vùng đất biên thùy, cũng như chuyện nhà sư Ngô Lợi bị Pháp bắt xử án ra sao. Những vị chức sắc tuy là biết, nhưng cũng chưa biết hết hành tung vị giáo chủ của mình. Họ lúng túng chẳng biết làm sao. May thay, nhà văn Sơn Nam tình cờ biết được chuyện này. Bằng bộ óc minh mẫn, ông nhớ mình trước đây có đọc tài liệu của mật thám Pháp viết về vụ án Ngô Viên. Ông suy ra Ngô là họ Ngô, Viên là chùa, vậy nó dính dáng tới nhà sư Ngô Lợi.

Ông cũng không chú ý lắm, nhưng để giúp cho đạo Tứ Ân Hiếu Nghĩa, ông liền đến mấy thư viện tìm lại tư liệu, hầu hết là của Tây. Hóa ra vì mục đích cai trị nên người Tây biết nhiều hơn ai hết về vùng Thất sơn và về đạo Hiếu Nghĩa.

Ông ráp nối tư liệu thành một bài viết, đưa cho mấy ông đạo bảo chuyển lên Nguyễn Cao Kỳ. Tướng Kỳ đọc qua đó mới hiểu được nguồn gốc câu chuyện, đồng thời muốn lợi dụng vụ này để tạo uy tín cho mình nên ra lịnh trả lại chiếc Long Đình.

Tiếp đến, Nguyễn Cao Kỳ mời Sơn Nam đi trực thăng với mình đến Ba Chúc dự buổi lễ trao trả. Buổi lễ diễn ra long trọng, đông đảo tín đồ tham dự. Thay vì mấy vị chức sắc đứng lên phát biểu, họ lại cử "sư huynh" Sơn Nam lên đại diện đọc diễn văn nói về đạo Tứ Ân Hiếu Nghĩa:

Bài nói chuyện nâng cao tầm vóc của đạo trước mắt chính quyền Sài Gòn, nhưng khi buổi lễ kết thúc thì "sư huynh" bỗng dưng biến mất, đi đâu chẳng ai biết. Tiệc chiêu đãi, "sư huynh" chẳng những không dự, cũng không theo Nguyễn Cao Kỳ lên trực thăng trở về Sài Gòn.

Sau này tôi có hỏi lúc đó ông đi đâu, ông vui vẻ cho biết: "Mình gặp chuyện phải làm, ngặt anh em lúc đó ở trên núi, sợ anh em không biết hiểu lầm mình." Hóa ra sau buổi lễ ông âm thầm trốn đi và sẵn dịp dạo chơi quanh vùng Thất sơn hai ngày rồi lặng lẽ theo xe đò về Sài Gòn.

Có lẽ vì sợ hiểu lầm, sau đó tôi đọc hồi ký không thấy ông nhắc chuyện này, cũng như nhiều chuyện khác. Lần cuối cùng ông về An Giang, tôi có nhắc lại, ông tỏ ra hào hứng cười rồi vỗ vai tôi: "Ê, đời có nhiều chuyện vui lắm đó nghe, nhưng có những chuyện phải nhường lại cho lịch sử."

MỤC LỤC

Made in the USA
Monee, IL
04 November 2026

67379628R00075